பேச மறந்த மொழி

காயத்ரி சுவாமிநாதன்

விளிம்பு பதிப்பகம் வெளியீடு : 3

பேச மறந்த மொழி
ஆசிரியர் : காயத்ரி சுவாமிநாதன்
தொடர்புக்கு : 90253 51940
gayathriswaminathan132@gmail.com

© ஆசிரியருக்கு

முதல் பதிப்பு : 2024
பக்கங்கள் : 100

விளிம்பு பதிப்பகம்
62, மத்தலாங்குத்தெரு, திருவண்ணாமலை - 606 601
அலைபேசி : 94889 07282
மின்னஞ்சல் : vilimbupublications@gmail.com
அட்டை வடிவமைப்பு & புத்தக வடிவமைப்பு : விஜய ஸ்ரீ கிராபிக்ஸ்
புகைப்படங்கள் & அட்டைப்படம் : காயத்ரி சுவாமிநாதன்
அச்சாக்கம் : சுபம் பிரிண்டர்ஸ், திருவண்ணாமலை
விலை : ரூ.300/-

Vilimbu Publications
Pesa Marandha Mozhi
Author : Gayathri Swaminathan
Contact : 9025351940
gayathriswaminathan132@gmail.com

© Author

First Edition: 2024
Pages : 100

Vilimbu Publications,
62,Mathalankulam Street,Tiruvannamalai - 606 601
Mobile : 94889 07282
e.mail : vilimbupublications@gmail.com

Cover Design & Book Layout : Vijay Sri Graphics
Photography and Cover Photo : Gayathri Swaminathan
Printers : Subam Printers ,Tiruvannamalai

Price : Rs.300/-
ISBN Number : 978-81-979638-3-4

விளிம்பு

காயத்ரி சுவாமிநாதன்

எனது பிறப்பின் ரகசியத்தையும், வாழ்வின் ரகசியத்தையும், பிரம்ம ஞானத்தையும், பகுத்தறிவையும் தனது இறப்பின் இறுதி மூச்சுவரை எனக்கு போதனை செய்து இப்போது இயற்கையாக, பிரபஞ்சமாக என்னை ஆசிர்வதிக்கின்ற எனது ஓரெழுத்து மந்திரம்

“தாத்தாபாட்டி” (திரு.ஞானசம்பந்தன், திருமதி.சரோஜா)

அவர்களுக்கு சமர்ப்பிக்கிறேன்.

அணிந்துரை

அன்று மழை பெய்திருக்கவில்லை.வானவில்லின் வர்ணங்களும், ஒலியும் பூமியை கவ்விப் பிடித்திருக்கவில்லை. பறவைகளும், வண்தினங்ளும் தன் இருப்பிடம் திரும்பியிருக்கவில்லை. கனிகள், புழுக்கள், அணில்கள் வருகைக்காக எப்போதும் காத்திருப்பதைப் போல நகரின் பெரும் பாதையிலிருந்து கிளை பிரிந்த மலை பாதையின் கிளை கிளையான கால் தடங்களில் பட்சிகள் எச்சமிட்டிருந்த சுவடுகளைத் தேடித் தேடி அலைந்து அலைந்து முடிவற்று காத்துக் கொண்டு இருந்தாள் அவள்.

பெருந்தொற்றுக் காலத்தில் முடங்கிய வாகனப் புகை. இதிலிருந்து, ஒளி, ஒலி மாசிலிருந்து தப்பி எங்கெங்கோ போய்த் திரும்பிய பறவைகளின் ஒலிக் குறிப்புகளைக் கொண்டு தீராத பாடல் வரிகளை எழுதி எழுதி மடித்து பிரித்த காகிதத்தில் செய்த கப்பல்களை சுமந்துக் கொண்டு நீரின் தடம் தேடி குளக்கரை படிக்கட்டுகளில் அவள் இறங்கிய போது அங்கே அவளைத் தேடிய சில பறவையினங்கள் ஒளியால் மொழி பிடித்து அவளோடு வாதமிட்டுப் பேசியதை குளத்து மீன்களும், சில ஆமைகளும் திகைப்பால் அதிசயத்து பார்த்துக் கொண்டிருந்தது. குளத்தங்கரையைச் சூழ்ந்து மூடியிருந்த ஆலமரத்தின் கிளைகளும், விழுதுகளும் தலைகீழ் பாஷைபேசி அசையும் முடிவந்து தம் இரெக்கைகளினால் வரும் காற்றால் நீரின் அலையை தீண்டிக் கொண்டிருந்த பழந்தின்னி வெளவால்கள் அவளின் வருகையால் கூட்டாய் புது மொழியில் பேசி கிளைகள் மாறி அமர்ந்துக் கொண்டது. ஒரு பின் மாலையில் மழை வெளுத்திருந்த ஆளற்ற ரயில்வே பிளாட்பாரத்தில் ஒரு கால் கொண்ட இரு காக்கைகளுக்கு அவள் அன்னமிட்டு அதன் மொழியால் பேசிக் கொண்டிருக்க, கண்தெரியா யாசகன் வாசித்த நாணல் குழலிசைக்கு மேலும் சில மைனாக்கள் வந்து கூட்டமாய் அமர்ந்து, அவளுக்கும் யாசகனுக்கும் இடையிலுள்ள வெற்றுவெளியை நிரப்பிக் கொண்டது. அன்று பறவைகள் சாட்சியாக அவள் கண் தெரியா யாசகனுடன் மௌனத்தால் வெகு நேரம் பேசிக் கொண்டிருந்தாள். இருள் சூழும் முன், தன் கிழிந்த பையிலிருந்து மற்றொரு நாணல் குழல் வாத்தியத்தை எடுத்து அவள் அருகே வைத்துவிட்டு தட்டுத் தடுமாறாமல், மறு பிளாட்பாரம் ஏறி அவர் மறைந்த பின்னரும் ரயில் நிலையத்தை நிசப்தம் கலையாமல் நிரப்பிக் கொண்டிருந்தது. திகைப்பில் அவளோ யாசகனின் இசையைத் தேடி திரும்பும் மலைப்பாதைக்கு தேடிப் போய்விட்டாள்.

காயத்ரி சுவாமிநாதன்

இந்த உலகம் பறவைகளால் ஆனது, மரங்களால் ஆனது, ஜீவராசிகளால் ஆனது. அவையே இப்பிரபஞ்சத்தின் உண்மையென்றும் இருப்பென்றும் இடையில் வாழ வந்தவர்களே. தன்னை மட்டுமே முன்னிறுத்த வந்த இந்த மனிதர்கள் என்று தன்னைச் சூழ்ந்திருந்த குழந்தைகளிடம் கதைபோட்டுக் கொண்டிருந்தாள். அவள் பெயர் காயத்ரி. பறவைகளிடமும், மரங்களிடமும் பாடம் கற்று எழுதிய அவளின் இந்த **"பேச மறந்த மொழி"** என்னும் நூலின் முயற்சிக்கு வாழ்த்துக்களும் அன்பும்.

- என்றும் உறவான மாமா

ச.முருகபூபதி

மணல்மகுடி நாடக நிலம்

கோவில்பட்டி.

தோழமையுரை

காயத்ரி சுவாமிநாதன், இந்த பொக்கிஷத்தை கண்டேன், 2022 ஆம் ஆண்டு டிசம்பர் மாதம் சென்னையில் 13 ஆவது உலக தமிழ் ஆசிரியர் மாநாட்டில். தமிழ் ஆர்வளர், இலக்கியவாதி, இளம் முற்போக்கு தமிழ் எழுத்தாளர், தேசாந்தரி,ஆவணப் புகைப்பட கலைஞர்,இந்தியாவை ஒரு தேசாந்திரியாகப் பயணம் செய்து பல படைப்புகளை தன் எழுத்தின் மூலமாக நிறைய பத்திரிகைகளில் எழுதியுள்ளார். இவரது ஆற்றலையும்,கலையின் மேல் உள்ள ஆர்வத்தையும் அடுக்கிக் கொண்டே போகலாம்.

எங்களது நட்பு 13ஆவது உலக தமிழ் ஆசிரியர் மாநாட்டில் தொடங்கி இன்றுவரை கடலின் அலைகள் வாயிலாகவும், அலைபேசி வாயிலாகவும் நீடித்து வருகிறது.

இவர் எழுதிய இந்த முதல் படைப்பு, **“பேச மறந்த மொழி”** இயற்கையைப் பற்றியது. இயற்கையும் மனிதனும் ‘உற்ற நண்பர்கள், உள்ளுக்குள் எதிரிகள்’ இந்த வார்த்தை யாருக்கு பொருந்துகிறது என்றால் **“மனிதர்களுக்கும் இயற்கைக்கும்”** மட்டுமே பொருந்துகிறது. இயற்கையோடு இணைந்து வாழ்வோம் என்று பல்லாயிரம் முறை சொல்லுவார்கள் மனிதர்கள், ஆனால் இயற்கையின் ஒவ்வொரு வளங்களையும் தங்களுடைய சொந்த லாபத்துக்காக சுரண்டிக் கொண்டே தான் வாழ்வார்கள்.

இயற்கை இன்னும் மனிதர்களை நம்பி கொண்டுதான் இருக்கிறது. அதுவும் **“நட்புக்கு இலக்கணமாக”** ஒவ்வொரு மனிதர்கள் வாழ்வதற்கு தேவையான நீர், காற்று, உணவு, இவைகளை அளித்து கொண்டுதான் இருக்கிறது. மனிதர்கள் தங்களது உயிர் வாழ்தலுக்கு தேவை எவ்வளவோ அதற்கு மேல் அதனிடமிருந்து கறக்கவே முயற்சி செய்கிறார்கள்.

இந்த செயல்களை இட்டுக்கட்டுவதற்கு எனது தோழி காயத்ரி சுவாமிநாதன் இந்த படைப்பில், இயற்கையின் முக்கியத்துவத்தை உணர்த்தும் வண்ணம் அழகாக எடுத்துறைத்துள்ளார். இவ்வாறான படைப்பின் வாயிலாக சிறார்களுக்கு மட்டுமின்றி அனைவருக்கும் இந்த செய்தி சென்றடையும் என்று நான் நம்புகிறேன்.

மடை திறந்த வெள்ளம்போல், எனது தோழி காயத்ரி சுவாமிநாதனின் ஆற்றல்களும், திறமைகளும் வளர்ந்துவரும் சமுதாயத்திற்கு ஒரு விழிப்புணர்வை ஏற்படுத்தும் என்பது நித்திய உண்மை. நூலாசிரியர்

காயத்ரி சுவாமிநாதன் அவர்களுக்கு எனது மனமார்ந்த பாராட்டுகள். தங்களின் இலக்கிய பயணத்தின் மைல்கல்தான் இந்த **"பேச மறந்த மொழி"** நூல். இது சிறப்பாக வந்துள்ளது. அறிய முயற்சியில் இலக்கிய தொண்டாற்றி வருகிற என் தோழிக்கு எனது உளமார்ந்த நல்வாழ்த்துகள்.

கடல் கடந்த தோழி
ஸ்ரீமதி மஹாலட்சுமி உதயகுமார்
தமிழ் ஆசிரியை
தமிழ் துறை ஒருங்கிணைப்பாளர்
அஹமது இப்ராஹிம் தொடக்கப்பள்ளி, சிங்கப்பூர்.

என்னுரை

"தானாய் முளைத்த செடி என்கிறார்கள்

யாரோ தூக்கி எறிந்த விதையில் தானே"

என்ற "**திரு.கல்யாண்ஜியின்**" கவிதை வரிகள் இந்த நொடிகளில் எனது நினைவிற்கு வருகிறது. சிறு வயதில் நான் எல்லோரிடமும் பேசவே மாட்டேன். ஆனால், சுற்றி நடக்கும் எல்லாவற்றையும் உள்வாங்கிக் கொள்வேன். அப்படி, "**காயத்ரி**" என்ற நான் ஒவ்வொருவரின் பார்வையில், ஒவ்வொரு பரிமாணமாக இருந்து கொண்டு வருகிறேன். எனது தாத்தா, பாட்டி, அப்பா, அம்மாவிற்கு பிறகு நான் பார்த்த உலகம் "**தமுஎச**" மட்டுமே. அப்பா ஒரு இலக்கியவாதி. அப்படி, நான் சிறு பிள்ளையாக இருக்கும் போதே "**தமுஎச-கலை இலக்கிய இரவு**" நிகழ்வுகளுக்கு அவரோடு என்னையும் அழைத்துக் கொண்டு செல்வார். எனது தாத்தா "**திரு.ஞானசம்பந்தன்**" அவர்கள் திருச்சியில் "**புத்தூரில்**" "**பெரியார்**" பள்ளியில் படித்தார். பெரியாருடனே பல வருடங்கள் இருந்தார். வாழ்நாள் முழுவதும் என்னை மட்டுமே தன் தோளில் சுமந்துக் கொண்டு, என் வாழ்வின் முதுகெலும்பாக இருந்து வாழ்ந்தவர் எனது பாட்டி "**திருமதி.சரோஜா**" மட்டுமே. பிறகு எனது தாத்தாவும் என்னிடம் எப்போதும் "**பெரியார்**" அவருக்கு சொன்ன போதனைகள் அனைத்தும் எடுத்துரைப்பார். இருவருமே அவர்கள் இறப்பின் கடைசி நாள் வரை "**பகுத்தறிவு**" என்றஒன்றைச் சொல்லிக்கொண்டே இருந்தார்கள். அதுமட்டுமல்லாமல் பல ஆண்டுகளுக்கு முன்பு, எனது தாத்தா,பாட்டி நான் ஏதோ பெரும் குழப்பத்தில் இருந்ததைக் கண்டறிந்து, "**காயத்ரி என்பவள் யார்? அவளுக்கு மட்டுமே அவளைப் பற்றித்தெரியும், அவளிடமே விடை இருக்கின்றது, கலங்காதே,**"என்றார்கள். இருவரின் உரையாடல்களுக்குப் பிறகு,பல நாட்கள் நான் தூங்கவேயில்லை. அப்படி மீண்டும் ஒருமுறை எனது குழந்தைப் பருவத்தின் நினைவிற்குச் சென்றேன்.நீங்கள் இருவரும் இல்லையென்றால் இன்று நானில்லை. "**லவ்யூ**" "**தாத்தா, பாட்டி**"

எனது இல்லம் எப்போதும் புத்தகங்களால் நிறைந்தே இருக்கும். ஏனென்றால்,எனது அப்பா ஒரு நூலகத்தையே அமைத்திருக்கிறார்.

காயத்ரி சுவாமிநாதன்

"நூலகம்" என்றால் ஆயிரம் புத்தகங்கள் இருக்க வேண்டும் என்றெல்லாம் அவசியமில்லை. முதலில் என் வீட்டு நூலகத்தில் சிறு புத்தகங்கள் மட்டுமே இருந்தது. ஒவ்வொரு முறையும் புத்தகம் வாசிக்கும் போது புதிதாக ஒரு உலகத்தில் நுழைவதுப் போல் உணர்வேன். முதலில் என்னைப் பற்றித் தெரிந்துக் கொள்ள எழுதினேன்.எழுதுவதற்கு நிறைய பயிற்சிகள் முதலில் அவசியம். இலக்கியம் பொறுத்தவரை, கலையைத் தெரிந்துக்கொள்ளும் அடிப்படைப் பயிற்சி போதுமல்லவா? அப்படித்தான் நான் எழுத எழுத நிறைய கற்றுக்கொள்ள ஆரம்பித்தேன். நான் எழுதத் தொடங்குவதற்கு முன்பே மனதில் ஒன்றைத் தீர்மானித்தேன்.நான் எழுதுவது ஒரு அங்கீகாரம் தேடும் செயலாக இருக்கக்கூடாதென்று. அப்படி, எனக்குள் தோன்றும் சுய சிந்தனைகளை வைத்து மட்டுமே எழுதுகிறேன். நம்மை நாமே அறிவது தான் வெற்றிக்கான முதல் அடி. எழுதுகிறவன் தான் எழுதுகிறவற்றைக் காட்டிலும் சிறந்தவனாக இருக்க வேண்டும்.நான் புத்தகம் வாசிப்பதும்,எழுதுவதும் வெறும் பொழுதுபோக்கிற்கு அல்ல.அது எனக்குள் இருக்கும் அறிவை விருத்திச் செய்கிறது.தொடர்ந்து எழுதிக் கொண்டே இருக்கிறேன். பிறகு இயல்பாகவே எனது "எழுத்துக்கலை" நிகழேரத் தொடங்கிவிட்டது. முதலில், எனக்கு நானே பொதுப் பயிற்சி அளித்துக் கொண்டேன். எனது எழுத்தின் சராசரி தரத்தைப் பயின்றேன்.நான் பள்ளி கல்லூரி பருவத்தில் படித்தது எல்லாம் பயிற்சி மட்டுமே. அவை (பட்டப்படிப்பு) அனைத்தும் ஒரு சராசரி ஞானத்தை மட்டுமே தரும்.ஆனால் நான் "**தற்கல்வி**" பயில ஆரம்பித்தேன்(தனியான ஞானம்). நான் இவற்றை எனது வகுப்பில் கற்கவில்லை. இலக்கியம், பயணம் எனும் புதிய பாதையை கண்டுபிடித்துப் பயின்று எனது சொந்த வாழ்க்கை அனுபவத்தையும் மற்றும் எனது நுண்ணுணர்வையும்,கற்பனையையும் வளர்த்து விட்டது.முதலில் எனது எழுத்தை பலமுறை எழுதி,அதை இயல்பான முறையில் பழக்கமாக ஆக்கிக் கொண்டேன்.

முதலில் தயக்கம், பிழை இருந்தது.பின்பு, நாளடைவில் அவையெல்லாம் அர்த்தமுள்ளதாகவும், ஆரோக்கியமாகவும் மாறியது. நான் வளரும் பருவத்திலிருந்தே புத்தகம் வாசிப்பதும், எழுதுவதுமாக இருந்த

காரணத்தினால் மட்டுமே இன்று எழுத்தின் ஒரு சமநிலைக்கு என்னால் வர முடிந்திருக்கிறது. அப்படி உருவாகியிருக்கும் படைப்பு தான் என்னுடைய இந்த **"பேச மறந்த மொழி"** கட்டுரைத் தொகுப்பு.

ஒரு முறை நான் சிறு குழந்தையாக இருக்கும் போது எனது தந்தை எழுத்தாளர் **"திரு.பிரபஞ்சன்"** அவர்களின் இல்லத்திற்கு என்னை அழைத்துச் சென்றார். அங்கே அவர் தங்கமுலாம் பூசப்பட்ட ஒரு பேனாவை எனக்குபா பரிசாகக் கொடுத்தார். இன்று வரையிலும் அந்த பேனாவை, நான் எனது இல்லத்தில் மிகவும் பத்திரமாக வைத்துள்ளேன். அவருக்கு எனது அன்பும் நன்றியும். என் மனதிற்குள் தோன்றியவற்றை எழுதி எழுத்தாளரும் எனது பெரியப்பாவுமான **"திரு.ச.தமிழ்ச்செல்வன்"** அவர்களுக்கு எப்போதும் அனுப்பி வைப்பேன்.தொப்புள் கொடி அறுத்து நிலத்தோடு இருக்கும் குழந்தையை உச்சி முகர்வது போல, அவர் எனது எழுத்துக்களை வாசித்த பின்பு என்னைத் தொலைப்பேசியில் அழைத்து எனக்கு உற்சாகமூட்டுபவர். என் எழுத்துலகில் மட்டுமல்ல, எனது பொது வாழ்விலும் என் மீது அதிக நம்பிக்கை வைத்திருப்பவர்.அவருக்கு இந்த நேரத்தில் எனது அன்பும் நன்றியும். பிறகு, என் உடல் நலத்தில் எப்போதும் மிகுந்த அக்கறை உள்ளவர்.அதற்கான வழிமுறைகளைக் கூறுபவர். நான் எழுதும் ஒவ்வொரு வார்த்தைகளின் மீதும் மிகுந்த அக்கறை உள்ளவர். எப்பொழுதும் என்னை உற்சாகப்படுத்தும் அந்த அன்பு மனிதர் எழுத்தாளர் **"திரு.உதயசங்கர்"** பெரியப்பா. இந்த நேரத்தில் அவருக்கு எனது அன்பும் நன்றியும்.எனது குழந்தைப் பருவத்தில் இன்று வரை தனது அன்பினாலும்,கதை சொல்லலாலும் என்னை உற்சாகப்படுத்திக் கொண்டிருக்கும் **"திரு.பவா செல்லத்துரை"** (கதை சொல்லி, எழுத்தாளர்) அவருக்கு எனது அன்பும் நன்றியும். பத்து வயதில் எனது தந்தை நாடகம் பார்க்கப் போகிறோம் என ஒரு வனத்திற்குள் என்னை அழைத்துச் சென்றார். அதுவரை எனக்கு **"நாடகம்"** என்பது பள்ளிகளில் பார்த்த நாடகங்கள் மட்டுமே. இரவின் இருளில் தீப்பந்த வெளிச்சத்தில், கலைஞர்கள் நடித்ததும், அவர்கள் பேசிய வசனமும் என்னை அந்த வயதிலே ஏற்படுத்தியப் பரவசம்

இன்றும் எனது மனதினில் நீங்காத ஒன்று. **"வனத்தாதி"** என்ற நாடகத்தில் பங்குபெற்ற அனைவரும் வனவாசிகளை நேரில் கொண்டு வந்தார்கள். அதனை இயக்கிய நாடகக் கலைஞரும் மற்றும் எனது மாமாவுமான **"திரு.ச.முருகபூபதி".** நட்பும், பிரியமும் இன்றுவரை அதிகரித்தபடி தான் உள்ளது.அவரது அனைத்து நாடகங்களையும் பார்த்திருக்கிறேன். நாடக உலகத்தில் அவரது அபார அர்ப்பணிப்பு மிகவும் அற்புதம்.அவரும் எனது இலக்கியப் பயணத்தில் முக்கியமானவராக கருதுகிறேன். அது மட்டுமல்லாமல் இந்த கட்டுரைத் தொகுப்பிற்கு அணிந்துரை எழுதிக் கொடுத்தமைக்கும் எனது அன்பும் நன்றியும்.

எனது வாழ்வில் எனக்கு மிகப்பெரிய ஆசான் என்னுடைய **"அனுபவம்"** மட்டுமே. ஒரு சாமானியர்களைப் போல வெறும் ஒரு **"தனிமனித லட்சியம்"** என்ற மனநிலையிலிருந்த எனக்கு, வருடங்கள் செல்ல செல்ல **"சமூக லட்சியம்"** என்ற பாதையை நோக்கி பயணமாக இருந்தது. இச்சமூகத்தில் யாராவது நமக்கு தனது கரங்களை நீட்டி உதவ மாட்டார்களா? என்ற மனநிலையில் வாழும் மக்களுக்காக செயல் பட வேண்டுமென அன்றிலிருந்து இன்று வரையிலும் ஒரு தேசாந்திரியாகப் பயணித்துக் கொண்டிருக்கிறேன். எனது வாழ்க்கையை எனது சொந்த அனுபவங்கள் மூலமாக மட்டுமே வடிவமைக்க வேண்டுமென தீர்மானித்தேன். வீட்டில் இருப்பது போல எல்லா வசதிகளும் தேசாந்திரிப் பயணத்தில் கிடைக்காது. இந்த தேசாந்திரிப் பயணத்தை என்ற ஒன்றை நான் தேர்ந்தெடுக்கவில்லை. இயற்கை என்னை இங்கு அனுப்பி வைத்திருக்கிறது. பல வருடங்களாக இயற்கையிட்ட வழியில் நான் சென்றுக் கொண்டிருக்கிறேன். வருடங்கள் ஆக ஆக, இந்த இயற்கை வாழ்வியலை முற்றிலுமாக சோதனைச் செய்ய ஆரம்பித்தேன். இந்த விண்ணுலகமும், மண்ணுலகமும் எனக்குத் தோழனாகிவிட்டது. எனது தேசாந்திரிப் பயணம் மட்டுமே அமைதிக்கு உகந்தது மற்றும் நான் பேசுவதை நான் கேட்க முடியும். உண்மையிலேயே,முன்பு என்னைச் சுற்றியிருந்த அனைத்து விதமான அல்லல்களும்,துயரங்களும் என்னை விட்டுச் வெகுதூரம் சென்றுவிட்டது. அதைவிட ஆச்சர்யங்களைத் தரிசித்தேன்.

எனது தேசாந்திரிப் பயணத்தை நான் சுமையாகப் பார்க்கவில்லை. இது நான் சமூகத்துக்காக நான் ஏற்றுக்கொண்ட ஒரு கடமை, பொறுப்பு. இங்கே வன்முறை வழியில் போராடிக் கொண்டிருப்பவர்கள் மத்தியில், நான் ஒரு புது நம்பிக்கையை விதைத்துக் கொண்டிருக்கிறேன்.

இந்த சமூகத்தில், "உனக்கென்னப்பா" என்று ஆரம்பிக்கும்போதே அங்கிருந்து நான் அகன்றுவிடுவேன். இல்லையெனில், இராப்பகலாக நான் அல்லல்பட்டு உழைத்துப் பெற்ற அனைத்தும் அசட்டுத்தனமாய் விமர்சிக்கப்படும். ஆகவே, நான் மனம் தளராமல், நீ அடைய வேண்டிய உனது குறிக்கோளைத் தேடி கண்டுபிடி என சொல்லிக் கொண்டேன். "கரையும் மெழுகில், இருளை கடந்து விட முடியும்" என்ற நம்பிக்கை இருக்கிறது. எல்லாவற்றையும் கடந்துக் கொண்டே வருகிறேன். நடந்து முடிந்தது ஒரு அத்தியாயம் தான், வெறும் பக்கத்தை மட்டும் திருப்பினேன். எனது புத்தகத்தை மூடவில்லை. சோறு பொங்கும் போது, தீயை குறைப்பது போல், மனம் பொங்கும் போது சிலர் தன் வாயைக் குறைத்தாலே நல்லது. நம்மை நாமே அறிவது தான் வெற்றிக்கான முதல் அடி. "ஷேக்ஸ்பியர்" சொன்னது ஒன்றை நான் எப்போதும் நினைத்துக் கொள்வேன். ஒருவரது பேச்சை விட "மௌனம்" அதிக எண்ணங்களைப் பிரதிபலிக்கும். என் உள்ளத்திலுள்ள எல்லாவற்றையும் உலகில் பேச தவிர்த்தேன். உலகம் சொல்லும் எல்லாவற்றையும் என் உள்ளத்துள் சேர்க்கவில்லை. ஏனென்றால், எனது உணர்வுகளை ஒரு சிலரே புரிந்துக் கொள்கிறார்கள். சிலர் கதை கேட்கவே விரும்புகிறார்கள். பலர் அதையும் கேட்பதில்லை. என்னிடம் சொல்வதற்கு பதில்கள் நிறைய இருந்தும் புரிதல் இல்லாதவர்கள் முன் மௌனத்தை மட்டுமேத் தேர்ந்தெடுத்தேன். அதுவே சிறந்த பக்குவமாக மாற்றியது. நவீன வாழ்க்கையில் பெரும் சக்திகளை எதிர்த்துப் போராட, சாமானியர்களுக்கு உள்ள ஒரே வழி அது தான். மனங்களுடன் உரையாடுவது. மனிதர்களுக்கு இந்த வாழ்வைப் பற்றியான அனுபவம், புரிதல் இல்லை என்று எனது தேசாந்திரிப் பயணத்தின் மூலமாக சற்று கடினமாகப் பார்க்க முடிகிறது. "நம்மால் இவ்வளவுதான் முடியும்" என்று தீர்மானிக்க அடுத்தவர்கள் யார்? நமக்கான அளவீட்டை நாம் மட்டுமேத் தீர்மானிக்க முடியும், இவர்களைப் போல ஒரு சிறிய வட்டத்திற்குள்

காயத்ரி சுவாமிநாதன்

வாழப் பிறக்கவில்லை நாம் யாரும்,நம்மால் இதெல்லாம் முடியாது என்ற தயக்கத்தை விட செய்துப் பார்த்து விடலாமே என்ற துணிச்சல் அலாதியானது. பிறகு, இந்த சமூக கட்டமைப்பு என்ற சிறையில் இருந்து விடுதலைப் பெற்றேன். நான் தூக்கி எறியப்படும் தருணங்களில் தான் எனக்குச் சிறகை விரிக்க வாய்ப்புக் கிடைத்தது.

அப்படி, ஒரு நாள் **"சிகப்பு யானை"** நாடக நிறுவனத்தின் **"நாடக இயக்குனர், நாடகக் கலைஞர்" "திரு.சந்திரமோகன்"** அண்ணா அவரது **"அமைப்பாய்த் திரள்வோம்"** நாடகத்தை ஆவணமாக்க முடியுமா என்று என்னிடம் கேட்டார்.உடனே சம்மதித்தேன். அடுத்து நாடகம் அரங்கேறும் நாளன்று இந்தச் சமூகத்திற்கு முன்னால், எனது தேசாந்திரிப் பயணத்தின் போது எடுத்தப் புகைப்படங்களில் இருந்து சிலவற்றைத் தேர்ந்தெடுத்து பின்பு**"என்னுடைய புகைப்படக் கண்காட்சி"** மட்டும் ஒன்று வைக்கலாமே என்றார்.அப்படியே நடந்தேறியது.அவருக்கு இந்த நேரத்தில் என்னுடைய அன்பும் நன்றியும்.நான் செல்ல வேண்டிய தூரம் அதிகம் இருக்கிறது என்று எனக்குள் சொல்ல ஆரம்பித்தேன். இந்த கட்டுரைத் தொகுப்பிற்கும் நான் சில ஆய்வுகள் மேற்கொண்டேன். அப்படி, இதில் பயன்படுத்தப் பட்ட புகைப்படங்கள் அனைத்தும் எனது தேசாந்திரிப் பயணத்தின் போது நான் எடுக்கப்பட்டவை ஆகும். எத்தனையோ காட்சிகள் கண்ணில் பட்டாலும் மனதைத் தைக்கும் காட்சியைப் படமாக்க நினைத்தேன்.

சிறு பிள்ளையாக இருக்கும் போது உலக சினிமாக்களைப் பார்த்துத் தீர்ப்பேன்.**"லவ்யூ" - "மஜித்மஜிதி"**. அதனால் எனக்குள் புகைப்படத்தின் மீதான ஆர்வம் பெருகியபடியே இருந்தது.

பிறகு, இன்னொரு மிக முக்கியக் காரணமாக ஒருவர் இருக்கிறார். **"தமுஎச கலை இலக்கிய இரவு "** என்ற நிகழ்வில் அதிகாலை 3 மணி பனி பெய்துக் கொண்டிருந்த ஒரு இரவில் நான் மேடைக்கு முன்னால் உட்கார்ந்துக் கிட்டத்தட்ட உறங்குகின்ற நிலையில், எனது காதுக்குள் **"தேடிச் சோறு நிதம் தின்று"** இதுவரை என் வாழ்நாளில் கேட்ட அறியாதக் குரல் எனது காதிற்குள் நுழைந்தது. மயக்கத்தில் இருந்த

முகத்தில் தண்ணீர்த் தெளித்து வெடித்ததைப் போல் திடுக்கிட்டுப் பார்த்தேன். ஆறடி உயரம் உள்ள ஒரு கம்பீரமான உருவம். கிட்டத்தட்ட ஒன்றரை மணி நேரம் பேசினார். அன்றுப் பார்த்து அந்த உருவமும் குரலும், அதன் ஈர்ப்பும் இன்று வரை என் மனதிற்குள் பெருகிக்கொண்டே இருக்கின்றதைத் தவிர குறையவில்லை. அந்த குரல் தான் நான் எப்போதும் உரிமையோடு அழைக்கின்ற **"பிகே என்கின்ற திரு.பாரதிகிருஷ்ணகுமார்"**. **"பிகே"** ஒரு நாள் திடீரென்று நான் சிறு குழந்தையாக இருக்கும் போது என்னை **"இயக்குநர் இமயம் திரு.பாரதிராஜாவிடம்"** அழைத்துச் சென்று அவரும் பாரதிராஜாவும் என்னிடம் ஒரு கேமிராவை கையில் பிடிக்கும் படி கொடுத்தார்கள். இந்த நேரத்தில் அவர்கள் இருவருக்கும் எனது அன்பும் நன்றியும்.

2011 ஆம் ஆண்டு நான் **"அருணை பொறியியல் கல்லூரியில்"** முதலாம் ஆண்டு **"B.E.CSE"** படிக்கும் போது **"கல்லூரியைப் படமாக்குங்கள்"** என்று ஒரு போட்டி வைத்தார்கள். வித்தியாசமான கோணத்தில் படமாக்க நினைத்து, கல்லூரியின் மிக உயரமான மேல்நிலைத் தண்ணீர்த்தொட்டி ஒன்றின் மீதேறி தைரியமாக நின்று ஒரு பறவையின் கோணத்தில் புகைப்படம் எடுத்தேன். இன்று வரையிலும் எனது கல்லூரியில் இருந்த நண்பர்களும், பேராசிரியர்களும் என்னை **"போட்டோகிராபர்"** என்றே அழைத்து வருகின்றனர். அவர்களுக்கும் இந்த நேரத்தில் எனது அன்பும் நன்றியும்.

2022 ஆம் ஆண்டு **"உலகத்தமிழ் ஆசிரியர் மாநாட்டிற்கு"** எனது தாயாருடன் சென்றிருந்தேன். உலகின் பல்வேறு நாடுகளில் இருந்து தமிழ் அறிஞர்கள் வந்திருந்தார்கள். அப்போது ஒரு அன்பான ஒருவரைச் சந்தித்தேன். **"திருமதி.மகாலட்சுமி உதயகுமார்"**. எப்போதுமே எனது எழுத்திற்கு மதிப்பளிப்பவர். என்னுடைய இந்த கட்டுரைத் தொகுப்பிற்கு தோழமையுரை எழுதித் தந்தமைக்கு இந்த நேரத்தில் எனது அன்பும் நன்றியும். ஒரு அழகிய மாலைப் பொழுதில், எனது அப்பாவின் 30 ஆண்டு தோழன் **"புதுகை பூபாளம் பிரகதீஷ்"** என்னை தொலைப்பேசியில் அழைத்து **"தமிழ்நாடுபள்ளிக்கல்வித்துறை"** சார்பில் **"நம் பள்ளி, நம் பெருமை"** என்ற ஒரு ஆவணப்படம்

காயத்ரி சுவாமிநாதன்

இயக்குகிறேன், அதில் அரசுப் பள்ளி ஆசிரியராக நீ நடிக்க வேண்டும் என்று அன்பு கட்டளையிட்டார், உடனே சம்மதித்து நடித்தேன். அவருக்கு அன்பும் நன்றியும். இந்த ஆவணப் படத்தை இயக்கிய **"திரு.யாசின்"** அவருக்கும் என்னுடைய அன்பும் நன்றியும்.

ஒருமுறை, திரைப்பட நடிகர், திரைப்பட இயக்குனர் **"திரு.தமிழரசன்"** *Uncle* அவர்கள் எதிர்ப்பாராமல் என்னிடம் ஒன்றுக் கூறினார். **"தீக்கதீர்"** பத்திரக்கையில் வெளிவந்த என்னுடைய கட்டுரை **"குருவிகளின் கூடுகை"** படித்துவிட்டு **"நீ ரொம்ப நல்லா எழுதுறியா, உனக்குள் நிறைய அனுபவங்கள் இருக்கிறது, எல்லாவற்றையும் எழுதுயா, இங்கே எல்லோருமே பணம், புகழ், என்று ஓடிக் கொண்டிருக்கும் மத்தியில் ஒரு குருவியைப் பற்றியும், இயற்கையைப் பற்றியும், கருவிகள் வைத்து மனித வாழ்வியலோடு எழுதிருப்பது மிக அருமை, நீ அதை அழகாகப் பதிவுச். செய்திருக்கிறாய்"** என்றுக் கூறினார். அவரின் சமூக பார்வை தீவிரமான நுண்ணறிவும் உணர்வும் கொண்டது. தனது படங்களின் மூலம் பொதுமக்களின் வாழ்வில் உள்ள சிக்கல்களையும், அதிகார அமைப்புகளின் கோணத்திலிருந்து எழும் எதிர்மறை நிலைகளையும், வெளிப்படுத்தியவர். அவருக்கு எனது அன்பும் நன்றியும். ஒரு முறை எனக்குத் தெரியாத ஒரு நபர் என்னுடைய கட்டுரையை படித்து, என்னை நேரில் சந்திக்க வேண்டும் என்று எனது வீட்டிற்கே வந்துவிட்டார். **"எனக்குள் உங்கள் கட்டுரை மிகவும் பாதித்துவிட்டது, உங்களுக்கு நான் "இயற்கை அக்கா" என்றும் பெயர் வைக்கிறேன்"** என்றுச் சொன்னார். நன்றி வாசகர் தம்பி.

ஒரு பெண்ணின் வாழ்க்கை ஒரு முரண்பாடு நிறைந்த வரலாறு. எதையுமே யோசிக்காமல் நம்மை மிக கொடூரமாக சிதைத்து விடுவார்கள். சுருக்கமாகச் சொல்லப்போனால், வாழ்க்கையில் ஒரு முறை அல்ல, பலமுறை துரோகத்தின் வலியின் உச்சத்தில் நின்று மீண்டு வந்தவள் நான். ஆனால் இவற்றையெல்லாம் தவறு என்று எடுத்துச் சொல்ல ஒரு நூல் போதும். **"கல்வியும், கருத்து சுதந்திரமும், பொருளாதார சுதந்திரம்"**, இவை மூன்றும் தான் சமூகத்தின் வேர்கள்.

இந்த சமூகம் என்னைப் போன்ற பெண்களை தீ ஊற்றி அணைத்து விடவே விரும்புகிறது.எனக்கு மட்டுமல்ல, எல்லோருக்கும் இதே கதிதான்.கிடைக்கும் இடங்களில் எல்லாம் தன் இருப்பைப் பற்றிப் பதிவு செய்துக் கொண்டிருக்கிறேன். சுதந்திரமில்லாத கல்வியால் ஒரு பயனும் இல்லை. எனது வாழ்க்கை அப்படி அல்ல. "**கருத்துரிமை**" என்பது தனது எண்ணங்களை எவ்வித கட்டுப்பாடும் இல்லாமல் தன் பேச்சிலோ,எழுத்திலோ வெளிப்படுத்தும் அடிப்படை உரிமை. கை,கால்,சட்டம், கட்டுப்பாடுகள்,உள்ளூர் பழக்க வழக்கங்கள், இவையெல்லாம் இந்த சமூகத்தின் ஒரு பெண்ணிற்கு இரும்பு சங்கிலி. இதையெல்லாம் பார்த்துவிட்டு எனக்குள் ஒன்றுதான் தோன்றும், எனது தாத்தா எப்போதும் என்னிடம் சொல்வது, "**பெரியாரை அழைத்து வர வேண்டும்**" என்று. சமீபத்தில் ஒரு புத்தகத்தில் படித்தேன். "**வினையே ஆடவர்க்கு உயிர் மனயுரை மகளிர்க்கு ஆடவரே உயிர்**" என்றுச் சொல்லி வளர்க்கப்பட்டதால் ஆணுக்கு சேவை செய்வதே தன் வாழ்நாள் பாக்கியம் என்று நிறைய பெண்கள் இருந்துக் கொண்டு வருகின்றனர். வாழ்நாள் முழுவதும் சம அங்கிகாரத்தை எல்லாவற்றிலும் தேடி வாழும் பெண்கள் இறுதியில் வீடும் தனக்கு சொந்தம் இல்லை என்று வெளியேறுகிறார்கள்.

சமூக அழுத்தங்களைத் தாண்டி தனக்கான இலக்குகளை அடைய ஆரம்பித்தேன். "**உயிருடன் இருப்பது வாழ்வதல்ல வாழ்க்கை, "உயிர்" கூட இருப்பதே வாழ்வின் அடையாளம்**". இங்கேயிருக்கும் மனிதர்கள் ஒரு கொள்கை குருடர்கள்.மனிதன் ஆகாயத்திலிருந்து குண்டுகளை வீசுகிறான். கடவுள் அவனை குளிர்விக்க மழை தண்ணீரை பொழுவிக்கிறார். நவீன வாழ்க்கை நம்முடைய உண்மையான இயல்பிலிருந்து நம்மை மேலும் மேலும் அநியாயப்படுத்திக் கொண்டே இருக்கிறது. அதனால் நாம் அர்த்தமற்ற வெறுமையான வாழ்க்கை வாழ்ந்துக் கொண்டிருக்கிறோம்.

ஆறுதல் வார்த்தைகளை தாண்டி ஆறாத காயங்களுக்கு தோள் கொடுக்க ஒருவர் இருப்பதே பெரிய விஷயம். சமூக மற்றும் பண்பாட்டை பிரதிபலிக்கும் கதைகளையும்,தனித்துவமான

காயத்ரி சுவாமிநாதன்

உளரசுகளை சினிமாவில் கொண்டு வந்தவர். "**திரைப்பட இயக்குனர்**" அன்பான மனிதர் "**திரு.லெனின் பாரதி**" Uncle. தனது படங்களில், கிராமிய வாழ்க்கை மற்றும் மனித உணர்வுகளை மெல்லிய விதத்தில் கையாள்வதில் அவர் நிபுணர். சமூக நலன், இயற்கை, மனிதர்கள் மற்றும் பண்பாட்டு சிக்கல்களை பல்வேறு தளங்களில் விரிவாக விளக்கி மனித உறவுகளின் நுணுக்கம், மற்றும் பரிணாமத்தை அற்புதமாக எடுத்துரைத்து, தனிப்பட்ட முறையில் தமிழ் சினிமாவிற்கு புதுமையான பார்வையை வழங்கியவர். எனது கலை உலகிலும், பொது வாழ்விலும் இவரும் முக்கியமானவர். அவருக்கு எனது அன்பும் நன்றியும்.

நான் இயற்கையுடன் ஒட்டுமொத்தமாக இணைந்ததற்கு இன்னொரு காரணம் "**திரைப்பட இயக்குனர்**" "**திரு.ராம்**" Uncle. அவரின் சமூக பார்வை மிகவும் ஆழமானது. அவர் இயக்கும் படங்களில், சாதாரண மனிதர்களின் வாழ்க்கையில் ஏற்படும் குழப்பங்கள் மற்றும் அவர்கள் எதிர்நோக்கும் சமூக பிரச்சினைகள் மேலோங்கி வெளிப்படும், அவர் தனக்கே உரிய ஒரு கதைச் சொற்பொழிவையும், காட்சியமைப்பையும் கொண்டிருப்பவர். நுணுக்கமான மனித மனதை, உணர்வுகளை, சமூகப் பின்னணியை ஆராயும் வகையில் கதை சொல்லப்பட்டு,எல்லோரையும் மிக ஆழமாகப் பிரமிக்க வைத்திருக்கிறார். அவருக்கு எனது அன்பும் நன்றியும்.

தனது எழுத்திலும், சினிமாவிலும் சமூக உணர்வுகள், சாதியின்மை, பெண்கள் உரிமை போன்ற முக்கிய பிரச்சினைகளைக் கையாளும் திறன் கொண்ட "**திரைப்பட இயக்குனர்,**" எழுத்தாளர் "**திரு. மாரி செல்வராஜ்**" அண்ணா. அவர் தனது படங்களில், ஒற்றுமை மற்றும் நியாயத்தை ஏற்படுத்த எவ்வாறு சாதாரண மனிதர்களின் சிக்கல்கள் சமூக மாற்றங்களின் தூண்டுகோலாக மாறுகின்றன என்பதை மிகத் தெளிவாக முன்வைப்பவர். என்னுடைய வாழ்வில் அவரின் "**உச்சினியென்பது**" ஒரு "**Compass**". அவருக்கு எனது அன்பும் நன்றியும்.

சுயத்தை திருப்திப்படுத்தும் உயிர் மொழியை எல்லோரிடமும் பேசி விட முடியாது. பொருத்தமான இணையரை பிரபஞ்சம் நெருங்க வைக்கும் மாயம் நிகழும் போது தான் இதைப் பற்றி புரியும், இப்போதுப்

புரிகிறது. திருமணம் செய்துக் கொள்வதில் இங்கே இருக்கும் மற்றவர்களைப் போல நிறைய எதிர்பார்ப்புகள் எப்போதும் என் இடத்தில் இல்லை.ஆனாலும் இந்த இயற்கை எனது வாழ்விற்கு ஏற்றார் போல ஒரு நாடக கலைஞனையே கரம் பிடித்துச் சேர்த்து விட்டது. ஆம் யாரிடமும் எதையும் பகிராமலும், தன் வாழ்க்கையைத் தானே முடிவெடுத்து, **“நான் மட்டும் அவளுக்குப் போதும், எனக்கு மட்டும் அவள் போதும்”** என்று என்னைத் தேடி ஓடோடி எனது ஊரான **“திருவண்ணாமலை”**க்கு வந்து முதலில் எங்கள் இருவரின் சக்தி திருஅண்ணாமலையாரின் முன் திருமணம் செய்து என்னைப் பற்றிக் கொண்டார் எனது இணையர் **“ திரு.குங்குமராஜ்”.**

பிறகு, மீண்டும் **“பழனி-திருஆவினன்குடி முருகன் கோவிலில்”** எங்கள் இருவரின் பெற்றோர்கள் ஆசிர்வாதத்தில் இருவரும் திருமணம் செய்துக் கொண்டோம்.இங்கிருக்கும் எல்லோரையும் விட எனது இந்த **“பேச மறந்த மொழி”** கட்டுரைத் தொகுப்பை விரைவில் வெளியிட வேண்டும் என்று மிகுந்த ஆர்வமுடையவர்.அவருக்கு எனது அன்பும் நன்றியும்.

எனக்கு இந்த வாழ்வில் உயிர் கொடுத்தவர்கள் **“சுவாமிநாதன் மாலதி”.** யாருக்குமே கிடைக்காத அப்பா, அம்மா. என் சுதந்திரத்தை முழுவதுமாக மதித்து என் வாழ்க்கையை நானே வடிவமைக்கும் பொறுப்பைக் கொடுத்து, என்னை ஒரு தனித்துவமான குழந்தையாக வளர்த்து, எந்தவொரு பெற்றோரும் தன் குழந்தைகளுக்கு காண்பிக்காத, காண்பிக்கவே முடியாத ஒரு உலகத்தை எனக்கு காண்பித்தார்கள். அதனால் தான் நமது **“இந்திய நாட்டை”** என்னால் முடிந்தவரை ஒரு தேசாந்திரியாகப் பயணம் செய்ய முடிகிறது. ஒவ்வொருவருக்கும் வாழ்க்கையின் ஒவ்வொரு படியிலும் தன்னை ஆதரிக்கும் ஒருவரின் தேவை உண்டு. என் கனவுகளுக்காக எந்நேரமும் என் பக்கத்திலிருந்து என்னைத் தளரவிடாமல் ஊக்குவிப்பார்கள்.அவர்கள் இருவரின் ஆதரவும், பங்களிப்பும் என்னால் விலை மதிக்க முடியாதவை.அம்மா வயிற்றில் ஒரு சிறு கருவாக நான் உருவாகும் போதே இந்த கலை என்னும் மாபெரும் விதையை என் மூச்சுக்காற்றினுள் சேர்த்ததற்கும் எப்போதுமே தலை வணங்குகிறேன்.எனது அம்மா,அப்பாவிற்கு

அன்பும் நன்றியும் முத்தங்களும் மற்றும் எப்போதும் என் மீது அன்பு வைத்திருக்கும் அனைவருக்கும் என்னுடைய அன்பும் நன்றியும்.

இந்தப் புத்தகத்தை வடிவமைத்த **“விஜய ஸ்ரீ கிராஃபிக்ஸ்”** நிறுவனத்துக்கு எனது அன்பும் நன்றியும்.

எனது புத்தகத்தை வெளியீடுச் செய்யும் “விளிம்பு பதிப்பகம்” உரிமையாளருமான **“திரு.ஷா”** *Uncle* அவர்களுக்கு எனது அன்பும் நன்றியும்.

இயற்கைக்கும் எனக்கும் எப்போதுமே ஒரு ரகசிய உறவு. நான் உண்மையிலேயே தனியாக இருப்பதில்லை. நான் சாலை ஓரத்தில் நடந்து செல்லும் போது **“வடதுபுறம்”** ரயில் ஒன்று சிக்குபுக்கு என்றும், **“இடதுபுறம்”** மரத்தில் இருக்கும் இளைகளின் அதிர்வும் எனக்கு புதிதாகத் தோன்றியது. இயற்கையின் எளிய வடிவங்களை கவனித்து,பிறகு,அதில் எனக்குத் தரும் இன்பமே பேரின்பமானது.

“வானத்திடம் பேசும்போதும், மரத்தினுடன் பேசும்போதும்” நான் என்னை கண்டடைகிறேன். **“இயற்கையின் மொழிகள் புரிந்துவிடு, மனிதருக்கு மொழிகள் தேவையில்லை”**.ஆம், இயற்கையை என்னுடைய ஒரு திறந்த புத்தகமாகவே பார்த்தேன்.எனக்குள் இருந்த பல கேள்விகளை ஒரு விடுகதையாகவே கேட்டேன்.என்னைப் பின் தொடர்ந்து வா என்றது.பல மாதங்களுக்கு முன்பு,எப்போதும் போல ஒரு தேசாந்திரிப் பயணத்திற்குச் சென்றேன். இங்கே இருப்பவர்களை விட எனது வாழ்வியல் முற்றிலும் வேறுபட்ட ஒன்று. ஏனென்றால், நான் ஒரு **“தேசாந்திரி”**.

“நிலவு, வானம், நட்சத்திரங்கள், மேகம், சூரியன், மரம், அருவி, பூக்கள், நதி, வெயில், மழை, வெளிச்சம், இருட்டு”, இவர்களோடு தான் எனது உரையாடல் இருக்கின்றது.எப்போதும் இயற்கையுடனே பேசி வாழ்பவள் நான். இயற்கை எப்போதும் என்னை கைவிட்டதே இல்லை. என்னுடைய இயற்கையின் பார்வை முற்றிலும் வேறு.

“இரவு நேரங்களில் கடலோடு வாழ்ந்தேன்,அலை என்னை விடவில்லை’,ரயில் பயணத்தில் ஜன்னனில் இருந்து நிலவொளியோடு

வாழ்ந்தேன், வெளிச்சம் என்னை விடவில்லை, படர்ந்து விரிந்த பூந்தோட்டத்தில் வாழ்ந்தேன், வாசனை என்னை விடவில்லை "இரவோடும் பகலோடும் வாழ்ந்தேன், எனக்குள் இருக்கும் நிஜம் என்னை விடவில்லை".

இப்போது இயற்கையோடு ஒட்டுமொத்தமாக களந்துவிட்டேன். நான் சொல்வதையெல்லாம் இயற்கை எனக்கு செய்துக்கொண்டிருக்கிறது. இயற்கையை விட அழகானது ஒன்றுமில்லை. காற்றிற்கேற்ப திசைக்கு நடமாடும் மரங்கள் என இயற்கையைப் பற்றி வருணித்துக் கொண்டே போகலாம்.

திடீரென்று, ஒரு நாள் எனக்கு ஒரு எண்ணம் தோன்றியது. நம்முடைய தேசாந்திரி வாழ்வியலைப் பற்றி "Screen Play" ஒன்று எழுதலாம் என்று நினைத்து எழுதினேன். பிறகு, "பேச மறந்த மொழி" என்ற ஒரு அழகிய ஆவணப்படம் உருவானது. சில நாட்களில் "Best Screen Play Writer Award" எனக்கு கிடைத்தது. அதன் தலைப்பே, இப்போது உருவாகியிருக்கும் எனது கட்டுரைத் தொகுப்பிற்கும் "பேச மறந்த மொழி" என்ற தலைப்பையே வைத்துள்ளேன்.

பொதுவாகவே கலைஞர்களுக்கும், படைப்பாளர்களுக்கும் இயற்கையின் புரிதல் எப்போதுமே சாமானியர்களை விட வேறு பரிமாணமாகவே தெரியும். முழு மனித இனமும் பல வழிகளில் இயற்கையை சார்ந்துள்ளது. ஏதாவது ஒன்றைப் புதிதாக செய்ய வேண்டும் என முடிவெடுத்தேன். அறிமுகம் இல்லாத பாதையில், செல்ல பயப்பட வேண்டாம் என தீர்மானித்தேன். மாற்றத்திற்கு பயந்தேன், சுய சந்தேகம் என்னை அங்கே பிணைத்தது. நம்பிக்கை மட்டுமே எனக்குத் தேவையாக இருந்தது. ஏனென்றால், ஒவ்வொரு வலி மிகுந்த போராட்டத்தின் பின்புலத்திலும் வெற்றி இருக்கும்".

"காந்தியடிகள்" கூறியது, "one must care about a world, no one will not see". "நம்மால் காண முடியாத உலகத்தின் மீது அக்கறையாக

காயத்ரி சுவாமிநாதன்

இருப்பது. அதாவது நம்மால் காண முடியாத இயலாத உலகத்தைப் பற்றியும் அக்கறை காட்டுவது, அதனிடம் கரிசனத்தோடு இருப்பது நமது கடமை" என்றார். இந்த தேசத்தின் இளைய சமுதாயத்தினரிடம் நான் கூறுவது என்னவென்றால், இந்த நேர்மறையானக் கருத்துகள் எல்லாம் நம் மனதில் சரியாகப் பதிவுப் பெறாமல் போயிருக்கிறது. இயற்கை உடனானத் தொடர்பை புதுப்பித்துக் கொள்ளுங்கள். இயற்கை நன்றாக இருந்தால் மட்டுமே நம்மால் நிம்மதியான வாழ்க்கையை வாழ முடியும். மனிதன் படிப்படியாக அவனுக்குள் ஏற்பட்ட சுய முன்னேற்றம் பற்றிய வளர்ச்சியால் இயற்கையை விட்டு வெகுத்தூரத்தில் தள்ளி வந்துவிட்டான். இயற்கை வளங்களையெல்லாம் கொஞ்சம் கொஞ்சமாக அழிக்க ஆரம்பித்து, பின்பு, சக மனிதன் மீதும் எவ்வளவு வன்மத்தை காட்ட இயலுமோ அதனை எல்லாம் மிக வேகமாக செய்ய ஆரம்பித்தான். மனிதன் பொருளாதார ரீதியில் வளர்ச்சி அடைந்தாலும், மனித வாழ்வியல் பற்றி அவன் பூஜ்யமாகத்தான் இருக்கிறான்.

ஒவ்வொரு ஆண்டும் 1000 மரங்கள் வெட்டப்படுகின்றன. இப்பூமி இயற்கை வளங்களால் சூழப்பட்ட ஒன்று. உடல், மனம், இயற்கை, பூமி, அண்டப்பெருவெளி இவையனைத்தும் ஒன்றுடன் ஒன்று தொடர்பு உடையது என்ற அடிப்படைப் புரிதலை ஏற்படுத்துவது முக்கியமானது. மனிதன் தான் இயற்கையின் ஒரு பகுதி என்பதைப் புரியாமல் இயற்கைக்கும் தனக்கும் தொடர்பே இல்லை என்று தள்ளி நின்று பார்த்ததால் தன்னையும் கெடுத்தான், இந்த பூமியையும் கெடுக்கின்றான்.

"வாழ்வியல் என்பது மனிதன் தன்னை உணர்வதைப் பற்றித் தானே"? "வாழ்வது என்பது இறப்பதும், இறந்தே இருப்பதும். உண்மையில் உயிருடன் இல்லை, ஆனால் இறந்துவிட்டோம், மரணத்தைப் போலவே வாழ்க்கையின் புள்ளியும் அர்த்தமற்றது".

ஒரு மனிதன் முழுமையான அனுபவம் வாய்ந்தவனாக இந்த சமூகத்தில் நடக்கும் நிகழ்வுகளைப் புரிந்து நடந்துக் கொள்பவனாக ஒரு முழு மனிதனாக எப்போது உலா வருவான்?என்றக் கேள்வி எனக்குள் எப்போதுமே ஓடிக்கொண்டேயிருக்கும். பொருளை மட்டுமே ஆதாரமாக வைத்து வாழும் தற்போதைய வாழ்க்கையில் விழுமியங்களான விஷயங்கள் எங்கிருந்து ஏற்படும்?.

இங்கேயிருக்கும் பெரியவர்களிடம் ஒன்றுக் கேட்கிறேன். பழைய மதிப்புமிக்க விஷயங்கள் இன்றும் இங்கிருக்கின்றது என்றால் , உங்களைப் போல மூத்த தலைமுறையினால் மட்டுமே உணர முடிகிறது என்றால்,அதுதான் உண்மை.ஆனால், இவற்றையெல்லாம் நீங்கள் உங்கள் அடுத்துவரும் வாரிசுகளுக்குச் சொல்வீர்களா?அப்படியே சொல்லப் புறப்பட்டால் தான் யார் காதைத் தீட்டிக் கொண்டு கேட்கத் தயாராகிருக்கிறார்கள்? எல்லாவிதமான பழைய அடையாளங்களுக்குப் **“பணம்”** என்கிற புள்ளியில் இங்கே படிப்படியாக அழிக்கப்பட்டுவிட்டனவை.

ஆகவே,இந்த இயற்கையைப் பற்றியும்,அதன் அழகின் முக்கியத்துவத்தைப் பற்றியும் எனது எழுத்தின் வடிவமாக இந்த கட்டுரையில் சித்தரித்திருக்கிறேன். ஏனென்றால் **“புத்தகம்”** என்பது இறந்த காலத்தை,கடந்த காலத்தை,மனிதன் இதுவரையில் சேகரித்த எல்லாம் அனுபவங்களையும், அறிவியலையும், அவமானங்களையும், தோல்விகளையும், வெற்றிகளையும்,ஒட்டுமொத்தமாக சேர்த்து வைத்து உருவாகுப்படும் ஒரு மாபெரும் “அறிவுக்களஞ்சியம்”.

“எனது கலையும், கடமையும் நான் யார் என்று நிரூபிப்பது அல்ல, நீங்கள் யார் என்று உங்களுக்கு நிரூபிப்பது”. காலத்தின் வேக ஓட்டத்தில், எனது கட்டுரைத் தொகுப்பான இந்த **“பேச மறந்த மொழி”** எல்லோருக்கும் ஒரு புதிய வெளிச்சத்தை ஏற்படுத்தட்டும்...

- காயத்ரி சுவாமிநாதன் (B.E),
திருவண்ணாமலை

பொருளடக்கம்

வ.எண்	தலைப்பு	பக்க எண்
1	முன்னுரை	1
2	மரங்களின் குரல்கள்	3
3	நவீன முன்னேற்றமே மரங்களுக்கு அழிவு	5
4	மண்ணே மனிதனின் வளம்	7
5	ஏன் உணவு நீர் நமக்கு கிடைக்கவில்லை	9
6	சிந்தனை தரும் மரமே	11
7	பட்டுப்போன மரங்களில் சிற்பம்	13
8	சாலையோர மரச்சிற்பங்கள்	15
9	எங்கள் ஊரில் கிரிவல பாதையில் மரச்சிற்பங்கள்	19
10	பழந்தமிழரின் இயற்கை	45
11	மரங்களேத் தெய்வம்	47
12	கொன்றை மரம்	51
13	மரத்தோடு ஒரு வாழ்வியல்	55
14	ஆணி அடிப்பது	57
15	விழிப்புணர்வு	62
16	முடிவுரை	73

பேச மறந்த மொழி

முன்னுரை

"மண்ணை மறக்காதத் தன்மை

மேலே மேலே செல்லும் அவா,

சூரியனோடு கை கொடுக்கும் தோழமை"

என்று சுந்தரராமசாமி மரத்தின் பெருமையைப் பற்றிக் கூறுகிறார். ஓரிடத்தில் நிலையாக நிற்பது என்று தான் மரத்தைப் பற்றிப் புரிதல் நமக்குள் உள்ளது. ஆனால்,ஒரே நேரத்தில் விண்ணோடும் மண்ணோடும், ஏன் ஐம்பூதங்களோடுத் தொடர்புடைய ஒரே உயிர் மரங்களும் செடிகளும் மட்டும் தான்.

இயற்கையை நம் தமிழ் சமூகம் அளவிற்கு புரிந்துக் கொண்டவர்கள் வேறு யாருமில்லை.இவ்வுலகில் எத்தனையோ நாகரிகங்கள் தோன்றி வளர்ந்துள்ளன. சிந்து சமவெளி நாகரிகம்,நைல் நாகரிகம்,சுமேரிய நாகரிகம்,கீழடி நாகரிகம் என பண்டை நாகரிங்களைப் பற்றி பல்வேறு செய்திகள் நமக்குக் கிடைத்துள்ளன. நம்மைச் சுற்றியுள்ள இயற்கைச் சூழலை அச்சத்துடன் பார்க்காமல் தோழமையுடன் பார்த்து,அதற்கு சில எடுத்துக்காட்டுகள் உள்ளன.இவ்வுலகம் என்பதை யாரோ ஒருவர் படைத்தார், என்றல்லாது ஐம்பூதங்களின் சேர்க்கை தான் உலகம்.

"மண் திரிந்து நிலனும்" என்ற புறநானூற்றுப் பாடல் விளக்குகிறது. அறிவியல் உலகம் கண்டறிந்த மிகப்பெரிய ஒன்று ஆய்வகக் கருவிகள். அப்படி ஒரு மரத்தை கட்டைத் துண்டாகவும்,சில்லித் துணுக்குகளாகவும் பகுத்துக் கொண்டே சென்று கடைசியில் ஒன்றும் இல்லை என்று பொருள் வடிவில் முடிக்கிறது அறிவியல் மனம்.ஆனால்,ஒரு மரத்தைத் தனது உடன் பிறப்பாக இன்ப துன்பங்களில் பங்கெடுக்கும் தோழனாகப் போற்றுகிறது தமிழர் மனம்.இயற்கையைப் பாதுகாப்பது மனித இனத்தை பாதுகாப்பது போன்றதே ஆகும். உலகத்தில் உள்ள அனைத்து உயிரினங்களுக்கும் ஒரு தொடர்பு உள்ளது. மாறி வரும் சுற்றுச்சூழலால் உலகம் எத்தகைய

அபாயத்தை எதிர்நோக்க இருக்கிறது என்பதைப் பற்றி யாரும் சிந்திப்பதே இல்லை.

தேவையில்லாமல் பல வருடங்களாக வாழும் மரங்களை நாமே அழிக்கின்றோம்.நான் எப்போதும் இயற்கையுடனே பயணித்துக் கொண்டிருப்பவள். மரங்களை வெட்டும்போது என் நெஞ்சம் பதபதைக்கிறது. பூமியைக் காப்பாற்ற மரங்களால் மட்டுமே முடியும். நம் முன்னால் மரங்கள் எங்கும் தென்படுவதால்,அவை எவ்வளவு அற்புதமானவை என்பதைப் பற்றி நாம் எப்போதும் யோசிப்பதில்லை. யோசிக்க ஆரம்பித்தால் அதற்கு முடிவே இல்லை. ஒரு மரம் வழங்கும் நன்மைகள் ஏராளம்.நம்மைச்சுற்றி மரங்கள் இல்லையென்றால் நம்மால் உயிர் வாழ முடியுமா? மனிதர்களுக்குத் தேவைப்படுவது இரண்டு உள்ளது.

”மரங்களும், செடிக் கொடிகளும்” நமக்கு உணவு வழங்குகின்றன. வெறும் மரக்கறியை மட்டுமல்ல நான் சொல்வது, **“கால்நடைகளுக்கும், புற்களும், பசுந்தாவரங்களும்”** உணவாக வழங்குகின்றது. மரங்களை வெட்டுவதைத் தவிர்த்து,அதிக மரங்களை நடுவதில் ஈடுபட வேண்டும்.

✶ ✶ ✶

மரங்களின் குரல்கள்!

நாம் உயிர் வாழ அவசியமான ஒன்று "ஆக்சிஜன்". இதை நமக்கு அளிப்பதே மரம் தான். இங்கே இருக்கும் மாசடைந்த காற்றில் இருந்து நம்மைப் பாதுகாப்பதும் மரமே. மரம் இயற்கையின் அழகு. காற்று, மழை போன்றவற்றைக் கொடுக்கிறது. பறவைகள் தனது கூடுகளை மரத்தில் மிக அழகாக கட்டும். புத்தருக்கு "போதி" மரத்தடியில் தான் ஞானம் வந்தது என்று நான் படித்திருக்கிறேன். மரம் வளர்ப்பதே மனித அறம். **(Stop Cutting Trees (or) Be Prepared for).**

இயற்கையுடன் நான் எப்போதும் பேசுபவள். வெட்டிய மரங்கள் எப்போதும் கூறுவது, அதிலும், உதிர்ந்த இலைகள் என்னிடம் பல கதைகளைப் பேசுகிறது.

காயத்ரி சுவாமிநாதன்

துளிர்ந்த துளிர்கள் என்னிடம் பல கவிகள் பாடுகிறது, "மழைத்துளிகள் மூலம் நான் முளைத்தேன், உனக்கு மழையாக நான் வந்தேன், உனது உயிர்த்துளியைக் காத்தேன், சிறு தண்ணீர் கூட ஊற்றி வளர்க்காமல், என்னை நீ வெறுக்கிறாய், உனக்கு பசித்த போது காய், கனிகளைத் தந்தேன், வெயிலில் வாடிவிட கூடாதென்று நீ நிற்க நிழல் தந்தேன், நீயோ என்னை வெட்டி வீசி மரணம் என்ற ஒன்றேத் தருகிறாய்" என்று எப்போதுமே பேசுகிறது.

முன்னாள் குடியரசுத் தலைவர் திரு. APJ அப்துல்கலாம் அவர்கள் ஒரு கூட்டத்தில் மரத்தைப் பற்றி ஒன்று கூறினார். "மரங்களுக்கு மனிதர்கள் தேவையில்லை, மனிதர்களுக்கு மரங்கள் தேவையில்லை" என ஒரு சிலர் கூறுகின்றனர். என்னைப் பொறுத்தவரை ஒன்றுக் கூறுகிறேன்.

"கிளி வளர்த்தேன் பறந்து போனது, அணில் வளர்த்தேன் ஓடிப்போனது, "மரம்" என்ற ஒன்றை வளர்த்தேன், இரண்டும் வந்தது. எனவே, மரங்களை வெட்டாதீர்கள்" என்றுக் கூறினார்.

நவீன முன்னேற்றமே மரங்களுக்கு அழிவு..!

எத்தனை மரங்கள்,எத்தனை வளங்கள்,அடுக்கிக் கொண்டே போனால் **"வளி மண்டலம்"** தொட்டுவிட்டு வரலாம்.இதை அனைத்தையும் அழகாய் வளர்த்தால் "ஓசோன்" படலமும் குணம் பெறும்.மரங்களை வெட்டி வெட்டி நவீன முன்னேற்றம் காண்பது முட்டாள்தனம்.

மரங்களின் சுவாசம் பறித்துவிட்டு இன்று **"ஆக்ஸிஜன்"** என்ற ஒன்றைத் தேடி அலைகிறோம்.

மரங்கள் இங்கு சுவாசிக்கவில்லை என்றால்,மனிதகூடுகள் மட்டுமே ஆட்சிச் செய்யும். அதுமட்டுமல்லாமல்,மரங்கள் அழித்து நீ நகரம் படைத்தால்,இறுதியில் உனக்கு அது நரகமாகவே மாற்றிவிடும்,மரங்களை வெட்டாதே!

கடந்த சில ஆண்டுகள் வரை வீடு கட்டவும்,படகுகள் செய்யவும் மரங்களைத்தான் பயன்படுத்தி வந்தோம்.

மரங்களே இல்லாத இடங்களில் வசிக்கக்கூடிய மனிதர்கள் மிருகங்களின் தோல் வைத்துக் கூடாரம் அமைத்து வசிக்கின்றனர்.நம் வீடுகளுக்கு கதவு,ஜன்னல் போன்றவற்றை அமைத்திட மரங்கள் தேவை. மக்கள் தொகை பன் மடங்காக வளர்ந்ததால் மிகவும் வேகமாக நாம் மரங்களை வெட்டிவிடுகிறோம். இதனால் மனித சமுதாய வரலாற்றில் முதல்முறையாக மரங்களுக்குத் தட்டுப்பாடு வந்துவிட்டு,மாற்றாக வேறுச் சாதனங்களை நாம் கண்டுபிடிக்கின்றோம்.வீடுகட்ட சிமெண்டைப் பயன்படுத்துகிறோம்.

மரங்களை அறுக்கும்போது கிடைக்கும் (சிம்புகள்) வீணாக்காமல் அட்டைகள் செய்கின்றோம். பின்னர், நாற்காலி,மேஜைகள் செய்யப் பயன்படுத்துகிறோம். இக்காலத்தில் **"மரம்"** என்பது பண வசதி உள்ளவர்கள் மட்டுமே வாங்கக்கூடிய ஆடம்பரப் பொருளாக மாறிவிட்டது.சில ஆண்டுகளுக்கு முன்,மிக எளிதில் மிகவும் குறைந்த விலையில் கிடைத்தது. அதை வாங்கி உபயோகப்படுத்தினோம்.

காயத்ரி சுவாமிநாதன்

பதிலாக,பயன்படுத்திய அளவுக்கு மரங்களக நடுவதில் நாம் அக்கறை எடுக்கவில்லை.மனிதர்களுக்கு மரமும்,செடி கொடிகளும் எவ்வளவு அவசியம் என்பதை எல்லோரும் அறிவோம்.மரங்களின்றி நம்மால் உயிர்வாழ இயலாது என்பதையும் நாம் அறிவோம்.நம்மைச்சுற்றி நாம் மரங்களை வளர்த்தால்,நமது வாழ்க்கை வளமாக இருக்கும்.நான் சொல்வது நமக்கு மட்டுமல்ல,நம்மைத் தாங்குகின்ற பூமிக்கும் தான்.அதை நாம் மறந்தே விடுகிறோம்.

பேச மறந்த மொழி

மண்ணே மனிதனின் வளம்!

மரம் இருந்தால் மட்டுமே மண் வளம் ஆகும். தண்ணீர் சுத்தமாகும், காற்று சுத்தமாகும், பறவைகள், பூச்சிகள், மிருகங்கள் எல்லாவற்றுக்கும் மேலாக இந்த மண்ணின் மக்களோடும் அவை உறவு கொண்டுள்ளது.

இப்படியேப் போனால், வரும் எதிர்காலத்தில் ஏராளமான தீங்குகளை விளைவிக்கும். நமது நீர்வளமும், கால்நடைகளுக்கு உரிய தீவனமும் பாதிப்பு அடைவதே கற்பனை செய்யவே முடியாது.

காயத்ரி சுவாமிநாதன்

மரம் வெட்டுவதைத் தடுத்து, நிறுத்தாமல் தொடர்ந்து மரத்தை வளர விடுவோம். இல்லையென்றால், இந்த பூமியே ஒரு பாலைவனமாக மாறும் ஆபத்து நிகழும். ஒன்றே ஒன்று சொல்ல வேண்டும், உயிரினச் சூழலின் பல கூறுகள் சங்கிலித் தொடர்புகளாக உள்ளன. இதில் ஏதோவொன்றில் சிறுபாதிப்பு நிகழ்ந்தாலும் மற்ற கூறுகளும் பாதிக்கப்படும்.

இயற்கையில் நிகழும் பல சம்பவங்கள் ஒன்றுக்கொன்று காரணத் தொடர்புடையவை. இந்த இயற்கையின் பிணைப்பில் மனிதர்களும் பங்கு வகிக்கின்றோம். சில சமயங்களில் மனிதர்களாகிய நாம் மறந்துவிடுகிறோம். நாம் பல உயரகட்டிடத்தில் வசிக்கலாம்,காரில் பயணம் செய்யலாம், விமானத்தில் பறக்கலாம், பாலிஸ்டர் துணி கூட உடுத்தலாம், கணிப்பொறிகளைப் பயன்படுத்தலாம்.ஆனால், உணவு, நீர், காற்று இல்லாமல் நாம் வாழவே முடியாது.

ஏன் உணவு நீர் நமக்கு கிடைக்கவில்லை?

நாம் எப்போதுமே இந்த இயற்கையின் மேல் பழி சுமத்துகிறோம். சற்றுச் சிந்தித்துப் பாருங்கள், "நமக்கு ஏன் நீர் கிடைக்கவில்லை? பெய்யக்கூடிய மழையைச் சேமிக்காமல் வெள்ளத்தை ஏற்படுத்திக் கடலில் கலக்க வைக்கிறோம். உணவு ஏன் கிடைக்கவில்லை?"

நிலத்திலுள்ள மேல் மண் அடித்துச் செல்லப்பட்டு, பிறகு, உணவுத் தாவரங்களும் புல்லும் வளர்வதே இல்லை.

நமது வாகனங்களும், தொழிற்சாலைகளும் வெளியிடும் புகையினால் காற்று முற்றிலும் அசுத்தமாகிறது. அந்த அசுத்தக் காற்றையே தான் நாம் சுவாசிக்கின்றோம். இந்தச் சூழலில் நமது தொலைக்காட்சியோ, கணிப்பொறியோ, கைபேசிகளோ நமது வாழ்வுக்கு எந்தவகையிலும் உதவப் போவதே இல்லை. நீங்கள் ஏதாவது ஒரு புத்தகமோ அல்லது எழுதக்கூடிய காகிதமோ எடுத்துக் கொள்வோம்.

இதெல்லாம் எங்கிருந்து வந்தன? இவை அனைத்தும் மரங்களிலிருந்தும் வைக்கோல்களிருந்தும் வந்தவை ஆகும்.

உங்கள் வீட்டில் மேஜைகளை எடுத்துக் கொள்வோம். இம்மேஜை உருவாகக் காரணமான மரம் எங்கிருந்து வந்தது? இப்படி ஒன்றுக்கொன்றுத் தொடர்பான இயற்கைச் சூழலில் ஏதேனும் ஒரு அம்சம் குறையும் என்றாலும் நமது அன்றாட வாழ்க்கை பாதிப்புக்குப் போவதுத் தெளிவாகத் தெரிகிறது. நான் படித்துத் தெரிந்துக் கொண்டதில், சுமார் 100 வருடங்களுக்கு முன்போ, அல்லது 50 ஆண்டுகளுக்கு முன்போ இந்தச் சுற்றுச்சூழல் நிலவும் குறித்த பேச்சுகள் மிகவும் குறைவாக இருந்தது. இதைப்பற்றி அக்கால மக்கள் சிறிதளவும் கவலை கொள்ளவில்லை.

1000 ஆண்டுகளாக நமக்குத் தேவைப்படும் எல்லாவற்றையும் இயற்கை வழங்கி வருகிறது. அதிலும், உணவு, இருப்பிடம், நல்ல நீர், தூயக்காற்று போன்ற அடிப்படை வசதிகளை வழங்கிடத் தவறியதே இல்லை. நாம் ஏன் அதனை அழிக்கின்றோம்? இன்று வாழ இயலாமல் போனதிற்கு மிக முக்கியக் காரணமாக ஒன்று சொல்லலாம். நமது அறிவியல் தொழில் நுட்பக் கண்டுப்பிடிப்புகளான கார், விமானம், தொழிற்சாலைகள் ஆகும்.

இவை அனைத்தும் நச்சுப்புகைகளைத் தோற்றுவித்து காற்றை மாசுப்படுத்தின. நாம் சற்றுச் சிந்தித்துப் பார்க்க வேண்டும். மரங்களை வெட்டி வெட்டி இன்று பல இடங்கள் வெறுமையாக காட்சி அளிக்கிறது.

போதிய மரங்கள் இருந்திருந்தால் இது போன்ற சுற்றுச்சூழல் பிரச்சனைகளை உருவாக்கி இருக்காது.

சிந்தனை தரும் மரமே!

எனது ஊரான திருவண்ணாமலையில் அமைந்திருக்கும் திருஅண்ணாமலையார் கோவிலுக்கு நான் எப்போது சென்றாலும் முதலில் எனது கண்கள் அங்குள்ள மகிழ மரத்தை நோக்கியே இருக்கும். இக்கோவிலுக்கு செல்லும் எல்லோருக்கும் தெரியும் ஒரே இடத்தில் இருந்து நின்று சுற்றியுள்ள ஒன்பது கோபுரங்களையும் பார்க்கலாம் என்று. அதைத் தாண்டி எனக்கு எப்போதுமே ஒரு சிந்தனையை உருவாக்கும். அதனால் தான் **“சிந்தனை தரும் மரமே”** என்று கூறி இருக்கிறேன். மகிழ மரம் மிகவும் புனிதமான மரம். அதனை எப்போது பார்த்தாலும் அம்மரத்திலிருந்து இலைகள் அசைந்து கொண்டே மகிழ்வாக இருக்கும்.என் சிறிய வயதிலிருந்து இன்று வரை எனக்கு நல்ல சிந்தனையை ஏற்படுத்துகின்றது மற்றும் வாழ்வில் எவ்வளவு சங்கடங்கள் இருந்தாலும் மனதை தூய்மையாக்குகிறது. மகிழ மரத்தின் பூக்களை சுவாசித்தாலே உற்சாகம் பிறக்கும்.இது மட்டும் அல்லாமல் எனது பயணத்தின் போது இம் மரத்தின் சிறப்புகளை ஒரு சில பௌத்த இடங்களில் புனிதமான மரமாகவும் விளங்கி வருகிறது என்பதைப்பற்றிக் காண முடிந்தது.மகிழம் என்றால் மங்கலம் என்று பொருள். இப்படிப்பட்ட மரங்கள் மட்டுமே மனித உயிர் மேம்பட்டு வாழ அவை வரம் தருவதால் தாவரம் என்று பெயரிடப்பட்டுள்ளது. இந்த மரம் எப்போதுமே மனித இனத்திற்கு மிகுந்த சக்தியையும் கொடுக்கின்றது. இதனை நாம் எப்போது சுவாசித்தாலும் அறிவின் வளர்ச்சி விருத்தி அடையும் என்று கூறுகிறார்கள்.

தரிசனம் செல்லும் வழி
WAY TO DHARSHAN
சிவ சிவ தல விருட்சம் சிவ சிவ
மகிழ மரம்
நவ கோபுரம்
தரிசனம் செய்யும் இடம்

பட்டுப்போன மரங்களில் சிற்பம்!

பல இடங்களில் மரங்களை அமிலம் ஊற்றி அழிக்க முயற்சி நடைபெறுகிறது. இதனால் பல மரங்கள் பட்டுபோய் காணப்படுகிறது. ஒரு சில மரங்கள் பூச்சிகளால் பட்டுப்போயிருக்கிறது அல்லது சேதமாகிறது. வெளிநாடுகளில் ஒரு பெரிய சிற்பம் செய்து பராமரிப்பார்கள். புது முயற்சியாக சமீபத்தில் ஒன்றைப் பார்த்தேன்.

எங்கள் ஊரில் பட்டுபோய் உள்ள 62 மரங்களில் இப்போது மர சிற்பங்களுக்கு உயிர் கொடுத்துள்ளனர். இதில் இயற்கை காட்சி, பறவைகள், விலங்கினங்கள் என பல்வேறு விதமான வடிவத்தை மரச் சிற்பங்களாகச் செதுக்கி இன்று அழகு கூட்டுகிறது. இவையெல்லாம் மரங்களைத் துண்டுகளாக வெட்டி வைத்து, செதுக்குவது அல்ல. நிற்கும் மரத்தில் அப்படியே அவற்றின் அகலம், நீளம் ஆகியவற்றைக் கொண்டு எந்தவகையான சிற்பம் செதுக்கினால் பார்க்க நன்றாக இருக்கும் என்றும் திட்டமிட்டு, அது மட்டுமல்லாமல் அதற்கேற்ப சிற்பங்கள் செதுக்கப்படுகிறது. தமிழகத்தில் எங்கள் ஊரில் வைத்தது தான் முதல் முறையாகும். மேலும், இதற்கு பெரும்பாலும் பணத்தைச் செலவழிக்க மாட்டார்கள். ஒரு மர சிற்பம் செய்ய ஒரு வாரமாவது ஆகும். "சிலையாகும் மரங்கள்" என்ற தலைப்பில் "தீக்கதிர்" பத்திரிகையில் " இதைப்பற்றிப் பதிவுச் செய்திருக்கிறேன்"

இங்கே பல விதமான வகையான மர சிற்பங்கள் எங்கள் ஊரின் கிரிவல பாதையில் தத்ரூபமாக வடிவமைக்கப்பட்டு உள்ளது.

அணில் சிற்பம் (வேப்ப மரம்)

ஒட்டகச் சிவிங்கி, பறவை (புளிய மரம்)

மயில், செல்லும், முதலை, டால்பின்,

வாட்ச், பூ வகைகள், நூலகம், இறகுகள்.

மரங்களை வீணாக்காமல் இதுபோன்ற அறிவுறுத்தும் வகையில் சிற்பம் செதுக்கலாம். காய்ந்துப்போன மரத்தை அகற்றினால் விறகிற்கு மட்டுமே பயன்படுத்த முடியும். வேறு எதற்கும் உதவாகாது. எனவே, இதுபோல மரங்களை அகற்றாமல், பயனுள்ளதாக மாற்ற வேண்டும்.

இனி வரும் காலங்களில், இதுபோன்ற பட்டுமோன மரங்களை வெட்டி அகற்றாமல், அந்த மரங்களுக்கு கலை சிற்பங்கள் மூலம் உயிர்க் கொடுப்போம்.

காயத்ரி சுவாமிநாதன்

சாலையோர மரச்சிற்பங்கள்!

ஐரோப்பிய நாடுகளிலும்,மேலை நாடுகளிலும் மற்றும் வட அமெரிக்க தென் அமெரிக்க நாடுகளில் சாலையோர மரங்கள் ஏதாவது பட்டுப்போனால்,சிற்பங்களாகவும்,சாலையோர இருக்கைகளாகவும் மாற்றியுள்ளனர். இதன் மூலம் மரங்கள் பட்டுபோனாலும் உயிர்ப்புடன் மாற்ற வேண்டும்.

இதுபோன்ற முயற்சியை பின்வரும் காலங்களில் செய்தால் நன்றாக இருக்கும். நம் முன்னோர்களின் இயற்கை அறிவைக் கொண்டாட அடுத்தத் தலைமுறைக்குச் சொல்லித்தர வேண்டும்.பிரச்சனை நம்மிடம் தான் இருக்கிறது.இனியும் நாம் இழப்பதற்கு ஒன்றுமில்லை.எதிர்காலமும் இப்படியே இருக்கக் கூடாது என்றால்,நாமே முன்வந்து முதல் விதையாக ஆளுக்கொரு மரம் நடுவோம்.இதை மீட்பதற்கு ஒரு சொர்க்கமே இருக்கிறது.

நம் எதிர்காலத்தைத் தீர்மானிக்க நமக்கான உலகத்தை உருவாக்குவோம். மனிதன் வாழ்வதற்கு அடித்தளமான சுத்தமான காற்று,சுத்தமான குடிநீர்,ஆரோக்கியமான உணவு.நம் சுற்றுப்புறச் சூழ்நிலைகள்,மனிதர்கள் இல்லாமல் பறவைகள் வாழ்ந்திட முடியும்.

ஆனால்,பறவைகள் இல்லாமல் மனிதர்களால் வாழ முடியாது. ஒவ்வொரு உயிருக்கும் இங்கே தேவை இருக்கிறது. இலைகள் உதிர்ந்தால் குப்பைகள் வருவதாக மரங்களைக் கூசாமல் வெட்டுகிற மனிதர்கள் ஒவ்வொரு ஊரிலும் இருக்கிறார்கள். தேவைக்கு நம் இயற்கையைப் பயன்படுத்தாமல், பேராசைக்கு இயற்றைகயைச் சுரண்ட ஆரம்பித்த பிறகுதான் மனிதன் கெட்டுப் போகிறான். "**மரம்**" என்பது மனிதனைப் போல பூமிக்கு மிகவும் பாரமான உயிர் அல்ல.

தன் ஒவ்வொரு உறுப்பிலும் இந்த பூமியை தன் பொறுப்பற்ற செயல்களால் நம் இயற்கையை நாமே சர்வநாசம் செய்துவிட்டோம். இன்னும் கூட நமது வெறித் தீராமல் இருப்பதுதான் பெரிய வேதனை.

பேச மறந்த மொழி

காயத்ரி சுவாமிநாதன்

எங்கள் ஊரில் கிரிவல பாதையில் மரச்சிற்பங்கள்!

காயத்ரி சுவாமிநாதன்

காயத்ரி சுவாமிநாதன்

காயத்ரி சுவாமிநாதன்

பேச மறந்த மொழி

காயத்ரி சுவாமிநாதன்

பேச மறந்த மொழி

காயத்ரி சுவாமிநாதன்

பேச மறந்த மொழி

காயத்ரி சுவாமிநாதன்

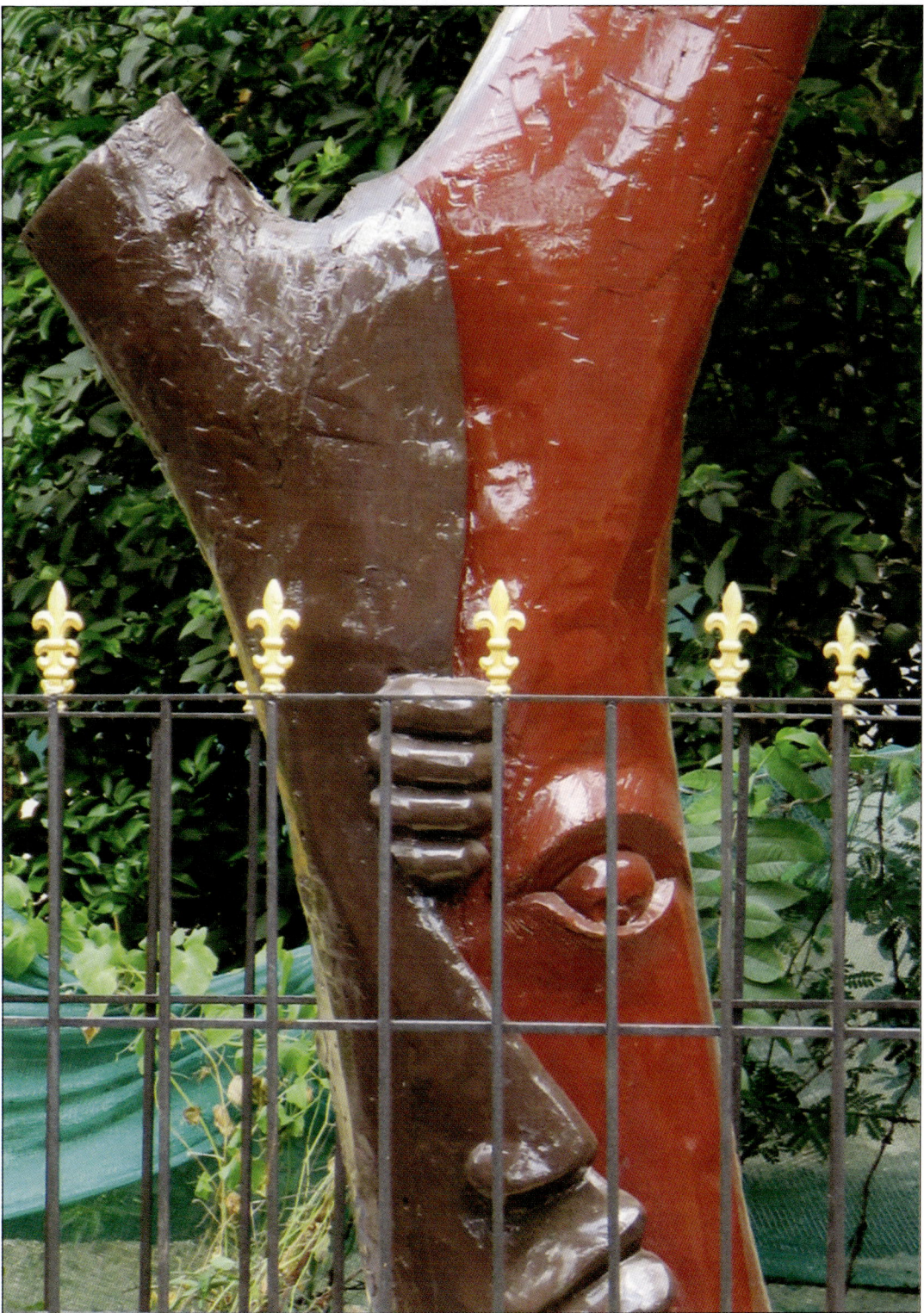

காயத்ரி சுவாமிநாதன்

காயத்ரி சுவாமிநாதன்

காயத்ரி சுவாமிநாதன்

I am
Dead
Save
My
Generation

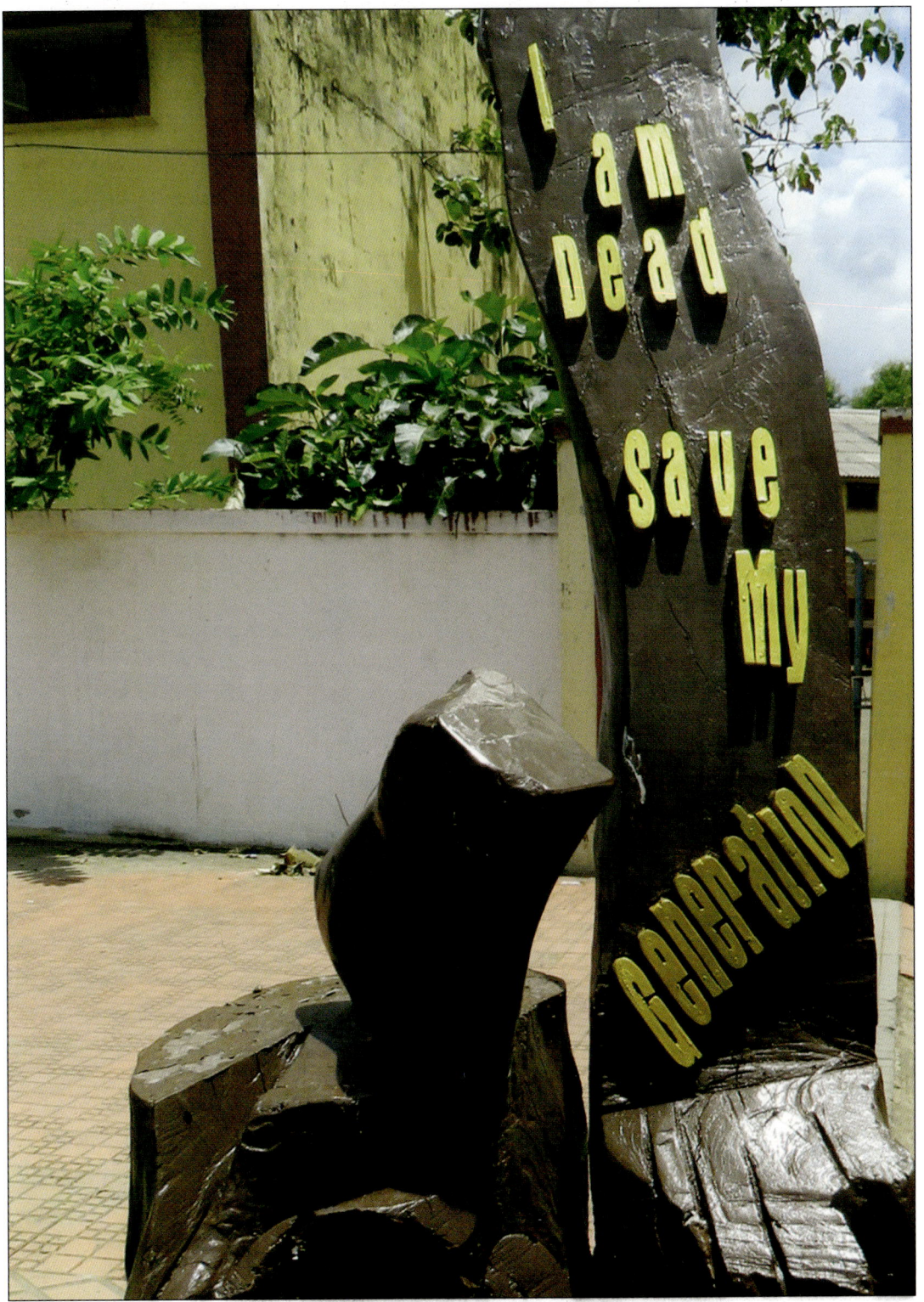

காயத்ரி சுவாமிநாதன்

பேச மறந்த மொழி

காயத்ரி சுவாமிநாதன்

பேசு மறந்த மொழி

காயத்ரி சுவாமிநாதன்

காயத்ரி சுவாமிநாதன்

இயற்கையை அறிந்துக் கொள்ளாமல் இயந்திரங்களோடு வாழ்வதால் "உற்சாக பானங்கள்" ஏராளமானது விற்பனை ஆகின்றன. நமது பூமி என்பது மக்களால், கட்டடங்களால், தொழிற்சாலைகளால் மட்டுமே ஆனதல்ல.

இங்கே குளங்கள், காடுகள், மலைகள், பாலைவனங்கள், பறவைகள், விலங்குகள், சின்னச்சின்ன உயிரினங்களும் வாழ்கின்றன. நமது சுற்றுப்புறச்சூழல் குறித்த அறிவை, இயற்கையின் மீதான அன்பை, ஆரோக்கிய வாழ்வு குறித்தான அக்கறையை உருவாக்க வேண்டும். வாழ்வைத் தத்துவமற்று வாழ்ந்தவர்கள் இயற்கையின் தத்துவத்தை மதித்து வாழ்ந்தார்கள், வாழ்ந்தவர்கள். ஆனால், வாழ்வைத் தத்துவங்களால் மேயத் தொடங்கியவர்கள் தான் இங்கே இருக்கும் இயற்கையின் தத்துவத்தை மிதிக்கத் தொடங்கினார்கள்.

பழந்தமிழரின் இயற்கை!

அக்கால தமிழர்கள் இயற்கையைக் கூர்ந்து கவனித்தனர். பிறகு போகப் போக இயற்கையின் புரிதல் ஏற்பட்டது. இன்றைய சமூகம் இயற்கைக்கு எதிராக இயங்கிக் கொண்டிருக்கின்றது.

இயற்கையால் படைக்கப்பட்ட அனைத்து உயிரினங்களும், இயற்கையில் இருப்பதை அழிப்பதில்லை. ஒரு சில உயிரினங்கள் தன் உணவுக்காக பிற உயிர்களைக் கொல்கின்ற எந்த உயிரினமும் தேவையில்லாமல் பிற உயிரினங்களுக்குக் கெடுதல் செய்யவில்லை. ஆனால், "**ஆறறிவு**" எனக்கு இருக்கிறது என்று சொல்கின்ற மனிதன் மட்டும் தனி விதிவிலக்கு. இங்கேயிருக்கும் ஒவ்வொருக்கும் தனித்தன்மை இருக்கிறது.

தானே சிந்திக்கும் ஆற்றல் உள்ளவனாக மனிதர்கள் திகழ்கிறார்கள். இவற்றை எல்லாம் சரி செய்ய சக மனிதர்களுடன் ஒருங்கிணைத்தால் பல நன்மைகளைப் பெறலாம்.

ஆனால், நமது முன்னோர்கள் நாகரிகம் என்ற ஒன்றை உருவாக்கிக் கடைப்பிடித்தனர், பலன் பெற்றனர், நமக்கும் விட்டுச் சென்றனர். ஆனால், இங்கிருக்கும் நாம், வருங்கால சந்ததியினருக்கு பெரிய துன்பம் மற்றும் அழிவையேத் தரப் போகின்றோம். இங்கே இயற்கைக்கு எதிரான சமூக வழக்கங்கள் மற்றும் சுற்றுச்சூழல் சீர்கேடுகள் அதிகரித்துக் கொண்டே இருக்கிறது. இயற்கையைப் பாதுகாப்பது நாம் அனைவரின் கடமையாகும். ஆனால், நாம் அதற்கு மாறாக மட்டுமே இருக்கின்றோம்.

காயத்ரி சுவாமிநாதன்

பேச மறந்த மொழி

மரங்களே தெய்வம்!

பண்டைய தமிழ் மக்கள் மரம், செடி, கொடி, சூரியன் என்று இயற்கை தெய்வங்களை வழிபட்டார்கள் என பொதுவாக கேள்விப்பட்டிருப்போம். அது எப்படி மரங்களை தெய்வமாக மதித்து இருப்பார்கள் என்ற சந்தேகம் வரும். உண்மையாகவே பண்டைய தமிழகத்தில் அந்த நடைமுறை இருந்ததா? ஆம், பண்டைய தமிழ் மன்னர்கள் சில மரங்களை புனிதமானதாகவும், மதிப்பு மிக்கதாகவும், கருதினார்கள். பண்டைய காலத்து மன்னர்கள் ஒவ்வொருவரும் தங்களின் அடையாளமாகவே சில மரங்களையும் கருதி இருக்கின்றனர்.

அதில் தன்னுடைய ஒட்டுமொத்த இனத்தின் உயிர்களும் அடங்கிருப்பதாகவும் கருதி இருந்தனர். அந்த அடையாளங்கள் தான் இனப்பெருக்கத்தை உற்பத்தி செய்வதாகவும் சில நேரங்களில் நம்பப்பட்டு இருக்கின்றது. ஒரு மரம் என்ற விதத்தில் மரங்களின் எண்ணிக்கையை உயர்த்த நாம் அனைவரும் உழைக்க வேண்டும். மரங்களை தெய்வமாக போற்றி பாதுகாக்க வேண்டும். மரங்களால் தான் நாம் உயிர் வாழ முடிகிறது.

பிராணவாயு இல்லாவிட்டால் மனிதன் வாழ முடியாது என்றால் மரங்களை நடுவதை தவிர வேறு வழியில்லை. ஒவ்வொரு மரக்கன்றை நட்டு அதை பாதுகாக்க வேண்டும். மரங்களை நடுவதை பழக்கமாக்கி கொள்ள வேண்டும். சுற்றுச்சூழல் பாதுகாப்பு குறித்து போதுமான விழிப்புணர்வு வந்திருந்தாலும் அதை பாதுகாப்பதில் நாம் அக்கறை செலுத்த தவறிவிட்டோம். மரங்கள் என்பது இயற்கையின் ஒரு வடிவமாகும். இது வாழ்க்கை மற்றும் ஆன்மீக அண்டை மற்றும் பௌதீக உலகங்களின் புனித தொடர்ச்சியை குறிக்கிறது. வெவ்வேறு காலச்சக்கரத்தில் மதத்தை உள்ளடக்கிய ஒரு மரத்தின் தொடர்ச்சி சுற்றியுள்ள நம்பிக்கைகள் மரங்கள் வாழ்க்கையின் ஆன்மீக மற்றும் உடல் பங்களிப்பாளர்களாக மதிக்கப்படலாம்.

காயத்ரி சுவாமிநாதன்

காயத்ரி சுவாமிநாதன்

ஏனெனில், அவை சடங்குகளில் பயன்படுத்தப்படும் புனித பானங்கள் அல்லது பல்வேறு நோய்களை குணப்படுத்தும் மருந்துகளாக மதிக்கப்படும் திரவங்களை வழங்குகின்றன.

மரங்கள் தெய்வத்துடன் தொடர்புக் கொள்வதன் மூலம் உடல் மற்றும் ஆன்மீக நோய்களிலிருந்து பாதுகாப்பை வழங்குகின்றன. பல மதங்களில் பிரபஞ்சம் பல அடுக்குகளாக சித்தரிக்கப்படுகிறது. அடுக்குகள் பிரபஞ்சத்தின் சரியான மையத்தில் இயங்கும் ஒரு மரத்தால் தனித்தனியாகவும் இடத்தில் வைக்கப்படுகின்றன. மரத்திற்கு உயிர் இருக்கிறது, அது வேலை செய்கிறது, அது நம்மை கண்காணிக்கின்றது, அதற்கு மொழி இருக்கிறது, மௌனம் கூட இருக்கிறது. மரத்தை உற்று நோக்க நோக்குகிறவனுக்கு அது கடவுளாகவும் இருக்கிறது நாம் எல்லோரும் பார்த்திருப்போம். மரத்தை கண்டால் மஞ்சள் துணியை சுற்றி சாமியாக்கி, விடுவோரை அவர்களின் மூட நம்பிக்கைகளையும் தாண்டி மனம் விரும்புகிறது. இச்சமூகத்தில் கண் உறுத்தும் வறட்சிக்கு முன் குற்ற உணர்ச்சியோடு நிற்கிறோம். உள்ளுக்குள் எழும் அசைவை எந்த மர அசைவால் நிறுத்த இயல்பாகவே மண்ணுக்கும் மரத்துக்கும் துரோகம் செய்வது தவறு என்று நினைக்கும் மானிடத்தை விளக்க வைக்கிறது இன்றைய நவீனம்.

பேச மறந்த மொழி

கொன்றை மரம்!

காயத்ரி சுவாமிநாதன்

காயத்ரி சுவாமிநாதன்

சரக்கொன்றை என்கிற பெயரில் அழைக்கப்படுகிற இந்த மரம் கோடையில் மஞ்சள் மரங்களால் நிறைந்து இருக்கும். எனது இல்லத்தில் நாங்கள் இம்மரத்தை வைத்துள்ளோம். இம்மரத்தை அமாவாசை அன்று பூஜித்து வந்தால் துஷ்ட சக்திகளின் தாக்கத்திலிருந்து விடுபடலாம் என்பது ஐதீகம். தெய்வீக சக்தி நிறைந்த மரங்கள் நம் மனதுக்கு நல்லவை. காற்றில் கலந்துள்ள நச்சு வாயுக்களை உள்வாங்கி சுற்றுச்சூழல் பாதுகாப்பு தரும் இது ஒரு அழகிய மரம். பூக்கள் பூத்துக் குலுங்கும் அழகினால் மஞ்சள் நிற தங்க நிறமாக வாசனை தரும். இந்தப் பூக்கள் திராட்சை கொத்து தொங்குவது போல இரண்டு அடி நீளத்திற்கு கூம்பு வடிவில் தொங்கும் இந்த பூக்களை தடவி அதிகாலையில் எழுந்து கண்களை மூடியபடி சென்று இந்த பூக்களையும் சிறுவலனையும் கண் விழித்து காண்பதால் இதனை கனி கொன்றை என்றே பெயரிட்டு அழைக்கின்றனர்.

தென்னை, வேம்பு, வெற்றிலை, சந்தனம், எலுமிச்சை,அன்னாசி, வில்வம், பாதாம், பலா, மாதுளை, மா, நெல்லிக்காய் போன்ற பயனுள்ள மரங்களை வீட்டு வளாகத்தில் நடலாம் ஒரு மரம் அசுபமானது என்றோ அல்லது வேறு காரணங்களுக்காகவோ அகற்றப்பட்டால் மரத்தை வெட்டுவதற்கு முந்தைய நாள் ஒருவர் மரத்திற்கு வருத்தம் தெரிவித்து அதன் வேரை அகற்ற வேண்டும். அடுத்த மூன்று மாதங்களுக்குள் அதன் இடத்தில் புதிய மரத்தை நட வேண்டும். இது இயற்கையை பாதுகாக்கும் ஒரு வழியாகும். உங்களால் இந்த உலகத்தில் ஆக வேண்டிய பணிகள் நிறைய இருக்கின்றன என்பதை மனதில் நிலை நிறுத்துங்கள். தினமும் காலை வேளையில் நீங்கள் வசிக்கும் பகுதிக்கு அருகில் உள்ள மரங்களுக்கு நீர் பாய்ச்சுங்கள். உங்களால் இயன்றவரை நிறைய மரங்களை வாங்கி நட்டு வையுங்கள். அந்த மரக்கன்றுகள் வளர வளர உங்கள் மனதில் குதூகலம் வந்து சேர காண்பீர்கள். நான் மரங்களை எனது குழந்தை போல வளர்த்து வருகிரேன். நாமும் ஏன் நமது குழந்தைகளும் கூட ஒரு நாள் காலனிடம் சென்று விடலாம். ஆனால், நாம் நட்ட மரங்கள் நமது பெயரை சொல்லிக்கொண்டே இருக்கும். எனது வீட்டில் இருக்கும் பாதாம் மரம் மற்றும் என்னுடைய தோட்டங்கள் சுற்றிலும் மரங்கள் தான் பல்வேறு பறவைகள் அணில்களின் உறைவிடம். இங்கிலாந்து போன்ற மேலை நாடுகளில் மரம் நடுதலை ஒரு இயக்கமாக செய்கிறார்கள். அங்கு ஒரு மரத்தை சாதாரணமாக யாரும் வெட்டி விட முடியாது, அது கடும் தண்டனைக்குரிய குற்றம். அந்நாடுகளில் மரம் வளர்த்தலின் முக்கியத்துவத்தை பள்ளிகளில் சொல்லித் தருவதோடு அவற்றில் ஈடுபடுத்துவதையும் பள்ளியிலிருந்து துவங்க வேண்டும்.

மரத்தோடு ஒரு வாழ்வியல்!

இயற்கையை எதிர்க்காமல் இயற்கையோடு இணைந்து வாழும் உயிர்கள் மகிழ்ச்சியாக வாழ்கின்றன. நாகரிகமும், விஞ்ஞானமும் வளர வளர மனிதன் இயற்கையை விட்டு விலக ஆரம்பித்தான் விஞ்ஞானம் வளர வளர இயற்கை அழியத் தொடங்கியது. திருவண்ணாமலை எஸ் ஆர் ஜி டி எஸ் பள்ளிகளில், ஸ்கவுட்ஸ் அண்டு கைட்ஸ்-ல் படிக்கும் போது இயற்கையை பற்றி கேம்பிங் என்ற இடத்திற்கு என்னை அழைத்துப் போய் காட்டில் உள்ள மரங்கள், பூக்கள், செடிகள் பற்றி மாணவர்களுக்கு நேரடி அறிமுகம் செய்து வைப்பார்கள், அத்துடன் மாணவர்களாகிய நாங்கள் எல்லோரும் குழுவாக ஒன்று சேர்ந்து விதவிதமான பூக்களையும், விதைகளையும் சேகரித்து ஒப்படைக்க வேண்டும். பெரிய நகரங்களில் படிக்கும் எத்தனை மாணவர்கள் இதுபோன்ற இடத்திற்கு போய் இருப்பார்களா என்று தெரியவில்லை? ஒருமுறை தாளவாடி மலைக்கு குடும்பத்தோடு சென்று இருந்தோம். மலைகளுக்கு நடுவே இயற்கை எழில் கொஞ்சும் இடத்தில் நாங்கள் தங்கினோம் அங்கே 40 வருடங்களுக்கு மேலாக மரம் நடுவதையும் அதை காத்து வளர்ப்பதையுமே தனது அன்றாட பணியாக செய்து வருகிறேன் என்றார் ஒருவர் எளிய ஓட்டு வீடு, தானே விதைகளை தேர்வு செய்து முளைக்க வைத்து தானே நீரூற்றி, அதை சுற்றிலும் வேலி அமைத்து சீர் பட வளர்த்து வருகிறார் அவர். இப்படி மரங்களை நேசிக்கும் மனிதர்கள் சத்தம் இன்றி இயற்கையை பாதுகாத்து வருகின்றனர். மனிதனை விட மரங்கள் மரங்கள் நேராக வளர்கின்றன.

காயத்ரி சுவாமிநாதன்

ஆணி அடிப்பது?

கரியமில வாயுவை எடுத்துக் கொண்டு மனிதர்கள் உயிர் வாழ மரங்கள் $Co2$ தருகின்றன.ஆனால்,மனிதர்கள் வியாபார நோக்கில் விளம்பரப் பலகைகளுக்காக மரங்களில் கண்மூடித் தனமான ஆணிகளை அடிக்கின்றனர். தமிழக அரசு மரங்களை இப்படி காயப்படுத்துபவர்கள் மீது கடுமையான நடவடிக்கை எடுத்தால் மரங்களை பாதுகாக்க முடியும்.

நன்றாக வளர்ந்த ஒரு மரம் வருடத்திற்கு *(260 Pound) $O2$* வளி மண்டலத்துக்குத் தருகின்றது.இவ்வளவுள்ள $O2$ கணக்கிட்டுப் பார்த்தால்,எடுத்துக்காட்டிற்கு ,ஒரு குடும்பத்தில் உள்ள 4 பேருக்குப் போதுமானது.அவ்வாறு பயன் தரக்கூடிய மரங்களைக் கண்மூடித்தனமான முறையில் காயப்படுத்துவது ஏற்றுக்கொள்ள முடியாத ஒன்று. மரங்களில் ஆணி அடிப்பதால் அவற்றுக்குத் தொற்று ஏற்பட்டு வளர்ச்சி பாதிக்கப்பட்டு,பின்னர் பட்டுப்போகின்றது.

தயவு செய்து, **“சாலைகள் ஓரம் இருக்கின்ற மரங்களில் ஆணி அடிக்காதீர்கள்”** என பொதுமக்களிடம் (முடிந்தால் வனத்துறைச் சார்பில்) விழிப்புணர்வு ஏற்படுத்த வேண்டும்.மரம் தானும் வளர்ந்து,தன்னைச் சார்ந்த மனிதன் உள்பட பல உயிரினங்களையும் வளர்க்கிறது.மரம் வளர்ப்பது **மகாத்மாவின்** ஒரு வகையான **“ஒத்துழையாமை இயக்கம்”** தான்.

மரத்தில் ஆணி அடித்தால் மரம் பட்டுப்போகும். மனிதனின் உள்ளுறுப்புகள். எப்படி தோல் காக்கிறதோ அப்படிதான் மரத்தையும் அதன் பட்டைகள் காத்து வருகின்றன. இந்த பட்டைகள் காயம்படாத வரைக்கும் மரத்தினுள் கிருமியோ, பூச்சிகளோ போக துளிக்கூட வாய்ப்புகள் இல்லை. ஆனால் பட்டையில் காயம்படும்போது மரத்தினால் அதை குணப்படுத்த முடியாது.

பேச மறந்த மொழி

பருவநிலை மாற்றம் மரங்களின் தேவையையும், மரம் நடுவதன் அவசியத்தையும் நமக்கு உணர்த்தி வருகிறது. ஏப்ரல்-மே மாதங்களில் சாலையின் இருப்பக்கங்களிலும் ஓங்கி வளர்ந்திருக்கும் மரங்களின் நிழல்களுக்கு இடையே நாம் பயணித்தால் எப்படி இருக்கும்? நினைத்தாலே குளிர்ச்சியாக இருக்கிறது அல்லவா?

இன்னும் கொஞ்சம் இறங்கி இந்த மரங்களின் அருகில் போய் பார்த்தால் அதன் பட்டையில் பல ஆணிகளையும், பலரது கிறுக்கல்கள் அல்லது சரித்திரங்களையும், விளம்பர பலகைகளையும் காணலாம். இவையே அந்த மரத்திற்கு எமனாக மாறலாம் என்றால் உங்களால் நம்பமுடிகிறதா? நம்பித்தான் ஆக வேண்டும்.இன்றைய காலக்கட்டத்தில் நாம் மரங்களுக்கும் உயிர் உள்ளது என்பதை மறந்து அதை ஒரு சுவரைப்போல பயன்படுத்தி வருகிறோம். மரங்களுக்கு அதன் அடிப்பகுதிதான் முக்கியமானது. இந்த பகுதியில் நாம் ஏதாவது எண் அல்லது குறியீடு ஆகியவற்றை குறிக்க மரத்தின் பட்டையை நீக்கி குறியிடுகிறோம்.

இப்படி ஒவ்வொரு தடவையும் பட்டையை நீக்கிக்கொண்டே வரும்போது அந்த இடத்தில் ஒரு ஓட்டை உருவாகிவிடுகிறது. அடுத்ததாகவும் விளம்பரப் பதாகைகளுக்கு மரத்தில் ஆணி அடிக்கிறோம். இந்த இடங்களில் உருவாகும் ஓட்டைகளில் பாக்டீரியா, வைரஸ் போன்ற நுண்ணுயிரிகள் குடியேறி மெல்ல மெல்ல மரத்தின் பலத்தை குறைத்து விடுகிறது.இந்நிலையில் மழை பெய்தாலோ அல்லது புயல் அடித்தாலோ மரம் அடியோடு விழுந்து விடுகிறது.

ஆனால் நாமோ மரம் விழுந்தது நம்மால் தான் என்பதைக்கூட உணராமல் மழையால் விழுந்தது, புயலால் சாய்ந்தது என்று கூறிவருகிறோம். இதனால் மரங்களின் எண்ணிக்கையும் குறைந்து வருகிறது.

அதனால்தான் நாம் மரத்தை காயப்படுத்தும்போது அவை அழிகின்றன.

பூச்சியினாலோ, நோயினாலோ மரங்கள் விழுகின்றன என்பதற்கு மிக மிக குறைவான வாய்ப்புகளே உள்ளன. ஆனால் மனிதர்களால்தான் அதிகமாக மரத்தில் நுண்ணுயிரிகள் தாக்கி ஆண்டுக்கணக்காக வாழவேண்டி யவைகள் அப்போதே மடிகின்றன.அதற்காக இன்று ஒரு மரத்தை காயப்படுத்தினால் அது இன்றே விழுந்துவிடும் என்று நினைக்காதீர்கள்.

வருடங்கள் செல்ல செல்ல மரங்கள் கொஞ்சம் கொஞ்சமாக பலவீனமாகி கீழே விழுந்துவிடும். தற்போது **"காலநிலை மாற்றம்"** பற்றி பெரிதாக பேசப்படுகிறது. இந்த மாற்றத்திற்கு முக்கிய காரணமே மரங்களை அழிப்பதுதான்.

இவற்றையெல்லாம் தடுக்க நாம் பெரிதாக ஒன்றும் செய்ய வேண்டாம்.

'மரங்களுக்கும் உயிர் உள்ளது' என்று நினைத்தாலே போதுமானது. நமது முன்னோர்கள் மரம் இருந்தால் தான் மனிதன் வாழுவான் என்று எண்ணியதால் தான் அவர்கள் நிறைய மரங்களை வளர்த்தார்கள்.

அந்த மரங்களை நாம் காப்பது மிக மிக முக்கியம். அத்துடன் நாமும் முன்னோர்களை பின்பற்றி மரங்களை நட வேண்டும்.

காயத்ரி சுவாமிநாதன்

விழிப்புணர்வு!

காலகட்டத்தில் மிக முக்கிய பிரச்சனையாக **"மரம் வெட்டுதல்"** காணப்படுகிறது.இப்பிரச்சனையைத் தவிர்க்க காடு வளர்ப்பு ஒரு முக்கிய ஆயுதமாகும் மற்றும் அதிக மரம் நடுவதால் மட்டுமே மழைப் பெய்யும். எனவே,மரங்கள் நட வேண்டியது அவசியமான ஒன்று.

புதிய மரங்கள் நடுவதின் மூலம் மரங்களின் எண்ணிக்கையை சரி செய்யாமலேத் தவிர,பெரிய மரங்கள் தரும் பயன்கள் இல்லை.

ஒவ்வொரு ஆண்டும் வெட்டப்படும் மரங்களின் எண்ணிக்கையை விட பல மடங்கு எண்ணிக்கையில் மரங்களை நடுவது அவசியம். **"மரங்களின் அழிவு மனிதர்களின் அழிவு"**. அத்தகைய மரத்தை வெட்டுதல் பற்றி விழிப்புணர்வு இங்கே காண்போம்.

மரங்களைப் பாதுகாத்தால்,நம்மை பாதுகாத்தலே ஆகும்.தேவையின்றி மரங்களை வெட்டுதல் கூடாது.

"ஒரு மரத்தை வெட்டினால், இரு மரங்களை நடு" என்பதை நாம் செயல்படுத்த வேண்டும்.

அடர்ந்த மரங்கள், கருமேகங்களைக் குளிரவைத்து மழையைப் பொழிவிக்கின்றன.

மரங்கள் இல்லையென்றால் மண் இளகி ஆங்காங்கே நிலச்சரிவு புதைமணல் என்ற நிலை ஆகிவிடும்.

நல்ல காற்றையும், மழையையும், உணவையும் தந்து என்னுயிர்களையும் வாழ வைக்கும் மரங்களைப் பாதுகாத்து பதிலுக்கு நன்றியைச் செலுத்துவோம். வீட்டிற்கு ஒரு மரம் வளர்ப்போம் என்பது அக்காலம். ஆனால்,இப்போது ஆளுக்கு ஒரு மரம் வளர்க்க வேண்டியது என மாறிவிட்டது.வெறும் சுயநலத்தில் சிக்கிய மானிட மனிதர்கள் இயற்கையை அழித்து மரங்களை வெட்டி காடுகளைக் குறைத்து தன் தலையில் தானே தீ வைத்துக் கொள்கின்றனர்.

பேச மறந்த மொழி

இந்த அறிவற்ற செயலைத் தடுக்க வேண்டும். மரங்கள் காற்றைத் தூய்மைச் செய்கின்றன. மிருகங்கள், பறவைகள் என அனைத்தும் வெயிலில் இருந்து காத்து நிழலையும் தருகின்றன.

மரங்களால் உருவாக்கப்பட்ட இந்த ஆக்சிஜன் தான் மனிதனுடைய பிராண வாயு என்பது அனைவருமே அறிந்த ஒன்று. சிறந்த மருந்துகளை உருவாக்க மூலிகை மரங்கள் பொக்கிஷமாக காணப்படுகிறது.

பூ, காய், கனி, கீரை(உணவுவகைகள்) நிலத்தடி(நீர்மட்டம்) குறையாமல் தடுக்கின்றன.காட்டுத்தீ,நிலச்சரிவு,நிலநடுக்கம்,சூறாவளி,வறட்சி,வெள்ளப்பெருக்கு. இவை அனைத்தும் ஏற்படக்கூடிய காரணமே "மரம் வெட்டுதல்".

மரம் வளர்ப்புத் தொடர்பாகவும், அதன் முக்கியத்துவம் தொடர்பாகவும், பள்ளிகளிலும், மக்களிடமும் விழிப்புணர்வை ஏற்படுத்த வேண்டும். பாதுகாப்புத் தொடர்பாக கடுமையானச் சட்டங்களை உருவாக்கி அமல்படுத்த வேண்டும். மரங்கள் இப்பூமியின் செல்வங்கள்,இயற்கையின் வழியில் செல்வோம். மரம் வெட்டுவதைத் தவிர்ப்போம்,பயன் பெறுவோம், பசுமை உலகை உருவாக்குவோம்.மரங்களை நடுபவன் பிறரை நேசிக்கிறான், தன்னையும் நேசிக்கிறான்.மரங்களிடம் பேசுங்கள்.மரங்களும் உங்களிடம் பேசும்.மரங்களின் மொழி மனிதன் மொழியாகும்.

நாளுக்கொரு மரம் நடாவிட்டால் பரவாயில்லை.மரங்களை வெட்டாமல் இருங்கள் போதும்.மரங்கள் மட்டுமே உலகில் சுயமான உணவைத் தயாரிக்கும் திறனைப் பெற்றுள்ளன. ஒரு மரம் தன் வாழ்நாளில் கொள்ளும்(CO_2) அளவு 1000கி மரங்களை மனிதர்கள் பல்வேறு வகைகளில் பயன்படுத்தி வருகிறார்கள். அவற்றை அறிந்துக் கொள்ள நம்மைச் சுற்றிப் பார்த்தால் போதும். அதன் பயன்களின் பட்டியலை அடக்கவே முடியாது. ஒவ்வொரு மரமும் இயற்கை தந்த அருட்கொடை.

வேலை நேரம் தவிர நாம் பெரும்பாலான நேரம் வீட்டில்தான் கழிக்கின்றோம்.

வீட்டிலும்,வீட்டைச் சுற்றிலும் மரங்கள், செடிக்கொடிகளை வளர்த்தால் காற்றுத் தூய்மை ஆகும். புயலின் வேகத்தை மரங்கள் கட்டுப்படுத்துகிறது, பலமாக உயிரோடு இருக்கும்போது மட்டுமல்ல,இறந்த பின்பும் மரங்கள் நன்மையேத் தருகின்றன. பட்டங்கள் பல வென்ற இங்கிருக்கும் மனிதர்களுக்கு இவையெல்லாம் சொல்லித்தரவில்லை போல.

காயத்ரி சுவாமிநாதன்

மரங்களை வெறும் பணமாக மட்டும் நினைக்காதீர்கள்,அது பெரும் வீரமாய் நின்று நமது சுற்றுச்சூழலை சுத்தப்படுத்துகிறது. பல உயிர்களை நோயில் இருந்து காக்கிறது. விதையுங்கள் விதைத்துக் கொண்டே இருங்கள், அது நம்மைக் காத்துக் கொண்டே இருக்கும்.

மூட நம்பிக்கையில் மூழ்கிருக்கும் மனிதா,**"மரங்களை வெட்டினால் எப்படி மழைப் பெய்யும்"?** அதைவிட்டு, **"கழுதைக்கும் கழுதைக்கும் திருமணம் செய்தால் மழை வரும்"** என சிந்திக்கும் உங்களை நான் என்ன சொல்வது? மரங்களை வெட்டுவதை விட்டுவிட்டு மற்ற உயிர்களையும் வாழ வைப்போம்.

"பகுத்தறிவு" மனிதர்கள் என்று ஏன் சொல்கிறோம்? பகுத்தறிவே இல்லை இங்கே இருக்கும் மனிதர்களிடம் அறம் வளர்த்துக் கொள். ஒவ்வொரு உயிரினமும் இயற்கையான முறையில் பிறந்து வாழ்வதற்கான உரிமை உண்டு.

இயற்கை வளங்களை வரைமுறையின்றிச் சுரண்டியதாலும் தவறாகக் கையாண்டதாலும் வந்த இடர்பாடுகளாவே இப்படி **"மரம் வெட்டுதல்"** நெருக்கடிகள் தோன்றியுள்ளது. இன்றைய 21ஆம் நூற்றாண்டில்,நாம் இயற்கையை விட்டு வெகுத்தூரம் சென்றுக் கொண்டிருக்கிறோம். இயற்கைக்கு எதிரான வாழ்க்கையை நாம் மிகவும் மோசமான வழியை கடைபிடித்துக் கொண்டிருக்கின்றோம். இயற்கைக்கு எதிராகப் பல்வேறுத் தவறுகளை நாம் செய்து வருகின்றோம். பெருமளவுக் காடுகளை அழித்து வருகின்றோம்.

ஓசோன் படலத்தில் ஓட்டையை ஏற்படுத்தி விட்டோம் புவியின் வெப்பத்தை அதிகரித்து,இயற்கையை **"சீரழிக்கத்"** தொடங்கிவிட்டோம்.உலகளவிலும்இயற்கை சூழநிலைகளும் மகிழ்ச்சித் தருவதாக இல்லை,இயற்கையின் சீற்றங்கள் அதிகரித்துக் கொண்டே தான் இருக்கிறது.

இங்கிருக்கும் யாரோ ஒரு சில மனிதர்களுக்கு இயற்கையின் மீது அக்கறை இருந்து அவற்றைப் பாதுகாக்க வேண்டுமென்றால்,முதலில் நீங்கள் இயற்கையோடுத் தொடர்பு வைத்துக் கொண்டு அந்த வாழ்வியல் முறைகளை நன்றாகப் பயிற்சி எடுத்த பின்பு,உங்களைச் சுற்றயிருக்கும்

காயத்ரி சுவாமிநாதன்

நபர்கள், நண்பர்கள், யாரோ அவர்களுள் இதனைப் பற்றியான விஷயங்களை எடுத்துக் கூறுங்கள். இம்முயற்சிகள் எல்லாம் மேற்கொண்டால் தேவையில்லாமல் மரங்கள் வெட்டுவதைத் தவிர்க்கலாம். "மரம் வெட்டுதல்" மட்டுமல்லாமல் மற்ற இயற்கை வளங்களையும் பாதுகாக்கலாம்.

இது சமூகம் செய்ய வேண்டிய மிக முக்கியமான கடமை ஆகும். சிறு குழுக்களாகச் சேர்ந்து "மரக்கன்று" நடுங்கள். பின்பு, உங்களைச் சுற்றியிருக்கும் நபர்களிடம் உங்கள் கருத்துகளைப் பகிர்ந்து, அவர்களையும் இம்முயற்சியில் இணைத்துக் கொள்ளுங்கள். இதன் மூலம் பல மடங்கு பயன் கிடைக்கும். சமூகத்தில் மரம் வெட்டுதல், மரம் நடுதல் பற்றிய விழிப்புணர்வை பரவலாக அதிகரிக்கும் தவறான எண்ணங்கள், செயல்கள், தடுக்க வேண்டும். நல்ல எண்ணங்களை வளர்க்கும் சிந்தனைகள் வளர்த்து "மரம் வெட்டுதல்" குறைக்கப்பட வேண்டும். இதன்மூலம் இயற்கை சார்ந்த ஆரோக்கியமான சமூகத்தை நோக்கி எல்லோரும் முன்னேறலாம். இயற்கை கொஞ்சம் கொஞ்சமாக அழிய ஆரம்பித்துவிட்டது. ஆனால், இயற்கை என்ற ஒன்று எப்போதுமே புதிதாக வென்று மனிதனைப் பார்த்துச் சிரிக்கிறது.

"இயற்கையோடு வாழ்கிறேன், இயற்கையைப் பற்றி நன்கு அறிவேன்" என சொல்லும் மனிதர்கள் தான் மரங்களை வெட்டி இயற்கையை அழிக்கின்றார்கள்.

சொல்லப்போனால், புரிதலும் இல்லை, அதைப் பற்றி கற்கவும் இல்லை. ஏதோ, அவன் கண்டுபிடித்த ஞானத்தோடு வாழ்கின்றார்கள்.

உலகம் முழுவதும் மரங்கள் நடுவதை ஒரு பெரும் திட்டமாக பல நாடுகளில் செய்து வருகின்றனர். "நவீன உலகம்" என்ற ஒன்று பசுமையை அழித்து, மனிதர்களை புரிதல் இல்லாத ஏதோ ஒரு மயக்கத்தில் ஆழ்த்துகிறது. இந்த உலகம் தன்னை அடுத்தடுத்த நகர்வை நோக்கி புதுப்பித்துக் கொண்டே வருகிறது. இந்தப் பூமியின் பசுமையை நாம் தொடர்ந்து அழித்து வருகிறோம்.

"வளர்ச்சி" என்ற பெயரில் நம் தேவைக்காகக் காடுகளை எல்லாம் தொடர்ந்து அழித்து வருகிறோம். இன்னும் மடமை மிகுந்த சிலருக்கு மரங்களின் அருமைப் புரியவே இல்லை. மரங்கள் தான் நாம் எல்லோரையும் காப்பாற்றுகிறது.

"நாமும் மரங்கள் நட வேண்டும்" என அண்மையில் காலமான தென்னிந்திய திரைப்பட நடிகர் **திரு.விவேக்** அவர்கள் **டாக்டர். APJ** அப்துல்கலாமின் நினைவாக 1 கோடி மரக்கன்றுகள் நடும் திட்டத்தை அமுல்படுத்தி ஆரோக்கியமான பணியைச் செய்தார்.

காடுகளை நாம் செயற்கையாக உருவாக்க வேண்டிய சூழலை இங்கு உருவாக்கியது யார்? மனிதன் மட்டுமே. ஒரு மரம் வெட்டப்படும் போது அதனைக் கவனியுங்கள், அம்மரம் பொதுகளத்தில் இருந்தாலும் சரி, தனி களத்தில் இருந்தாலும் சரி, அதைக் காப்பாற்ற ஏதோ ஒன்று நிச்சயமாக வழி இருக்கலாம்.

பெரிய நிழல் தரும் மரங்கள் பயனுள்ளதாக இருப்பதால் அதில் அதிக கவனம் செலுத்தி அதை அழிக்காமல் பார்த்துக் கொள்ளுங்கள். சில நேரங்களில் "மரம் வெட்டுதல்" என்பது, அது நோய் வாய்பட்டிருக்கும் அல்லது சேதம் அமைந்திருக்கும். அவ்வாறு என்றால், மரம் வெட்டுதல் முறையானது. மரம் பாதுகாக்கப்பட வேண்டும் என்று நீங்கள் நினைத்தால், நடவடிக்கை எடுக்க வேண்டிய நேரம் இது. மரத்தைக் காப்பாற்ற உங்களால் முடிந்த அனைத்தையும் செய்யுங்கள். "மரம் வெட்டுதல்" பற்றி அக்கறைக் கொண்ட மற்றவர்களுடன் சேர்ந்து ஆரோக்கியமான மரங்களை வெட்டுவதை நீங்கள் எதிர்க்கிறீர்கள் என்பதைக் கூறுங்கள். மரங்களை முக்கியமானதாகக் கருதும் போதுமான நபர்களைச் சேகரித்து பாதுகாக்க செயல்படுங்கள். முதிர்ந்த மரங்களைப் பாதுகாப்பது அவசியம். ஆனால், புதிய மரங்கள் நடுவதால் நம் எதிர்காலத்திற்கு சுத்தமானக் காற்றும், வெப்பத்தைக் குளிர வைக்கவும் உதவும். (சிறிய அலங்கார மரங்கள் சிறிய தாக்கத்தை ஏற்படுத்தும்).

கிரகத்தின் மற்றும் மனிதர்களின் ஆரோக்கியத்திற்கு பண்டைய காடுகளின் முக்கியத்துவத்தை பெரும்பாலான மக்கள் உணரவில்லை. "மரம் வெட்டுதல்" தவிர்த்து, அதைப் பாதுகாக்க அதிகமான மக்கள் அணி திரண்டால், அழிவுகரமான நடைமுறைகள் நிறுத்தப்படும். உங்கள் காரணத்தைப் பற்றி பேச சமூக ஊடகங்களைப் பயன்படுத்தவும், மரம் வெட்டுதல் (இயற்கையை அழித்தல்) பற்றி உங்களுக்குத் தெரிந்தால் பிற வாசகர்களைக் கருத்துத் தெரிவிக்க ஊக்குவிக்கும் மனிதர்களைப் போல மரங்களுக்கும் உயிர் உண்டு.

காயத்ரி சுவாமிநாதன்

பேச மறந்த மொழி

முடிவுரை

"எனக்கு மரங்களை பிடிக்கும்
எவ்வளவு பெரிய மரமாக இருந்தாலும்
அது குரல் கொடுப்பதில்லை
மௌனமாகவே உரையாடுகிறது
மௌனமாகவே இலை உதிர்கிறது
மௌனமாகவே மழை எதிர்கொள்கிறது
பறவைகளுக்கு மட்டுமே தன் குரலை
பயன்படுத்த தெரிந்திருக்கிறது
பறவைகள் வீணில் சத்தமிடுவதில்லை'

என்று எழுதிய கவிஞர் மனுஷ்யபுத்திரனின் கவிதை தான் நினைவுக்கு வருகிறது.

நாம் நம்மிடம் உள்ள தொழில் நுட்பங்களை வைத்துக் கொண்டு சாமார்த்தியமாக இந்தப் பிரச்சனையைக் கையாண்டு, நாம் பொது மக்களுக்கு இது போன்ற சிக்கல்களை எடுத்துக் கூறி மக்களிடையே, அவர்களிடத்தில் விழிப்புணர்வை ஏற்படுத்த வேண்டும் . அதுவே நமது எல்லோரின் முதல் மற்றும் முக்கியமான படியாகும்.

"மரம் வெட்டுவதைத் தவிர்ப்போம்,மரங்களோடு வாழ்வோம்".

"மரத்திற்கு மனிதன் தேவையில்லை,ஆனால்,மனிதனுக்கு மரங்கள் தேவைப்படுகிறது".

சுற்றுச்சூழல் காக்கும் மரங்களை பாதுகாப்போம்.பல்லுயிர்கள் வாழ்ந்திட மரங்களை வாழவிடுங்கள்.

"தன்னை விட உயர்ந்தவனை காணப்பொறுக்காத மனிதன் நீ,உன்னை விட உயர்ந்ததால் தானே என்னை நீ வெட்டுகிறாய்?"

நான் விடும் மூச்சுக் காற்றில் தான் நீ சுவாசிக்கிறாய், புகைத்து நீ வெளியே விடும் புகையைக் கூட நான் சுத்தமாக வடிகட்டி உனக்குத் தருவதன் மூலமாகத்தான் நீ உயிர் வாழ்கிறாய். மரம் என்ற ஒன்றை பார்த்து வாழ்த்தி முதலில் அறம் வளர்த்துக் கொள்.

காயத்ரி சுவாமிநாதன்

பேச மறந்த மொழி

காயத்ரி சுவாமிநாதன்

காயத்ரி சுவாமிநாதன்

காயத்ரி சுவாமிநாதன்

இயல்பாகவே மண்ணுக்கும் மரத்துக்கும் துரோகம் செய்வது தவறு என்று நினைக்கும் மானுடத்தை இழக்க வைத்திருக்கிறது இன்றைய நவீனம். ஒரு சொட்டு நீருக்காக அண்டை மனிதனின் ரத்தம் குடிக்கும் மரணத்தனம் வரும் நாள் வெகு தூரத்தில் இல்லை. அதற்கு முன் விழித்துக் கொள்ள வேண்டும். மரங்களின் கரம் பற்றிய மனிதன் பிழைத்துக் கொள்கிறான்.

எதிர்வரும் சந்ததியிலிருந்து சொத்துச் சேர்ப்பதை விட்டு, அவர்கள் வாழ சோறு கிடைக்குமா என யோசித்துப்பார். என்னை வெட்டுவதற்கு முன், எங்கேயாவது ஒரு நாற்று நட்டு வைத்து விடு,

உன் தலைமுறைக்காக....இயற்கையைக் காக்க நடக்கும் போராட்டத்திற்கு என்னுடைய பங்காக மரங்களை ஆவணப்படுத்தவும் மற்றும் கட்டுரையாகவும் விழிப்புணர்வை ஏற்படுத்தும் வேலையைச் செய்கிறேன். தெய்வ வழிபாடு காரணமாகவே பெரும்பாலான இடங்களில் மரங்கள் பாதுகாக்கப்படுகின்றன, ஆனால், நம் தமிழகத்தில் மரங்களை பாதுகாக்க தனிச் சட்டம் இல்லாததால் மரங்கள் வெட்டப்படுவதுத் தொடர்பாகவும்,

அதன் காரணமாக மரங்களின் எண்ணிக்கை குறைந்து வருவதாகவும் நான் பார்க்கிறேன்.

"என்னை வாழ விடு, உன்னை நான் வாழ வைக்கிறேன்",

"நீ என்னை அழித்துக் கொண்டே இருந்தாலும் நான் உன்னைக் காப்பாற்றிக் கொண்டே இருப்பேன் என் கடைசி உயிர் இருக்கும் வரை".

"Let's plant as many tress as possible ".

காயத்ரி சுவாமிநாதன்

மரம் என்ற நான் எப்போதுமே உனக்கு ஒரு அன்னை, நீ என் பிள்ளை.

"அறியாமையில் மயங்கிய மனிதனே சற்று விழித்துக் கொள், என்னை அழிக்கும் அறியாமை என்ற ஒன்றை உன்னிடமிருந்து அழிக்க நீயே விழித்துக்கொள். மரக்கன்றுகள் பல நடு, வாழ்வில் வளம் பெற என்னை வளர்க்க முன் வா", வெட்டுண்டு கிடக்கிறேன். இந்த மாற்றங்களுக்கான முதல் விதையாக ஆளுக்கொரு மரம் நடுவோம்.

"இயற்கையைச் செழிக்க வைக்க இயற்கையிலிருந்தே உரங்களை எடுப்போம்.

இயற்கை முறையிலான உழவுக்கும் தொழிலுக்கும் வந்தனை செய்வோம்".

"மணிநீரும் மண்ணும் மலையும் அணிநிழற்

காடும் உடையது அரண்"- என்னும்

திருக்குறள் மேற்கோளுக்காகப் பயன்படுத்தப்படாமல் குறிக்கோளாக மாற வேண்டும்.

இனி நாம் எல்லோரிடமும் சுற்றுச்சூழலைப் பற்றி விழிப்புணர்வு வளர்த்துக் கொள்ள வேண்டும்.

நாம் வாழ்கின்ற அல்லது நம்மை எல்லோரும் தாங்குகின்ற இப்பூமிக்கும், சுற்றுச்சூழலுக்கும் நிகழ்ந்து வரும் சீர்கேடுகளைப் பற்றி சிந்தித்துக் கொண்டிருக்காமல் அடுத்த ஆபத்திற்காக காத்திருக்காமல், நாம் விழிப்புடன் இருப்பது ஒன்றே ஆகும். அது நம்மால் முடிந்தவரை எங்கெல்லாம் மரங்கள் நட முடியோமோ அங்கெல்லாம் மரங்களை நடுவது...நடுவது... நட்டுக் கொண்டே இருப்பது. எவ்வளவு மரங்கள் வெட்டிக் கொண்டே இருந்தாலும், நாம் திரும்பத் திரும்ப நட்டுக் கொண்டே இருக்க வேண்டும்.

ஏனென்றால், பூமியைக் காப்பாற்ற மரங்களால் மட்டுமே முடியும்.

காயத்ரி சுவாமிநாதன்

பேச மறந்த மொழி

பேச மறந்த மொழி

பேச மறந்த மொழி

பேச மறந்த மொழி

பேச மறந்த மொழி